AF906063

இந்திய ஆன்மீகமும் காவி பிளவுவாதமும்

எம். அபுதாகீர்

பாரதி
புத்தகாலயம்

India Anmeegamum Kaavi Pilavuvathamum (in Tamil)
M.Abuthahir
first Published: September, 2023
Published by
BHARATHI PUTHAKALAYAM
7, Elango Salai, Teynampet, Chennai - 600 018
Email: bharathiputhakalayam@gmail.com / www.thamizhbooks.com

இந்திய ஆன்மீகமும் காவி பிளவுவாதமும்
எம்.அபுதாகீர்
முதல் பதிப்பு: செப்டம்பர், 2023
வெளியீடு:
பாரதி புத்தகாலயம்
7, இளங்கோ சாலை, தேனாம்பேட்டை, சென்னை - 600 018
தொலைபேசி : 04424332424, 24332924, 24330024

விற்பனை நிலையங்கள்
அருப்புக்கோட்டை: *கதவுஎண் 49 A/4 மெயின் ரோடு, தெற்கு தெரு - 9994173551*
ஈரோடு: *39: 39 ஸ்டேட் பாங்க் சாலை - 9245448353*
கரூர்: *நாரத கானசபா அருகில் (TNGEA OFFICE) - 9442706676*
காரைக்குடி : *12, 2 வது தெரு, கம்பன் மணிமண்டபம் பின்புறம் - 9443406150*
கும்பகோணம்: *352, ரயில் நிலையம் எதிரில் - 9443995061*
குன்னூர்: *N.K.N வணிக வளாகம் பெட்போர்ட்*
கோவை: *77, மசக்காளிபாளையம் ரோடு, பீளமேடு - 8903707294*
சிதம்பரம்: *22A / 18B தேரடி கடைத் தெரு, கீழவீதி அருகில் - 9994399347*
செங்கல்பட்டு: *1 D ஜி.எஸ்.டி சாலை - 044 27426964*
சேலம்: *15, வித்யாலயா சாலை*
தஞ்சாவூர்: *காந்திஜி வணிக வளாகம் காந்திஜி சாலை - 9655542400*
திண்டுக்கல்: *பேருந்து நிலையம் - 9942331105, 9976053719*
திருச்சி: *வெண்மணி இல்லம், கரூர் புறவழிச்சாலை - 9994289492*
திருநெல்வேலி: *நவஜீவன் டிரஸ்ட் வளாகம், 48-B/10, அம்பை ரோடு, வீரமாணிக்கபுரம் - 9442149981*
திருப்பூர்: *447, அவினாசி சாலை - 9486105018*
திருவண்ணாமலை: *முத்தம்மாள் நகர்*
திருவல்லிக்கேணி: *48, தேரடி தெரு - 9444428358*
திருவாரூர்: *35, நேதாஜி சாலை - 9442540543*
நாகர்கோவில்: *699 கே.பி.ரோடு R.V.புரம் - 9443450111*
நெய்வேலி: *பேருந்து நிலையம் அருகில், - 9443659147*
பழனி: *பேருந்து நிலையம் அருகில் - 7010760693*
பாண்டிச்சேரி : *கிழக்கு கடற்கரைச்சாலை, இலாசுப்பேட்டை, 9486102777*
பெரம்பூர்: *52, கூக்ஸ் ரோடு - 9444373716*
மதுரை: *37A, பெரியார் பேருந்து நிலையம் - 045 22324674*
மதுரை: *சர்வோதயா மெயின்ரோடு*
வடபழனி: *பேருந்து நிலையம் எதிரில் அடையார் ஆனந்தபவன் மாடியில் - 9444476967*
விருதுநகர்: *131, கச்சேரி சாலை - 0456 2245300*
வேலூர்: *பேஸ் III, சத்துவாச்சாரி - 9442553893*

நினைத்த நூல்கள்... நினைத்த நேரத்தில்... thamizhbooks.com 8778073949

அச்சு : பிரிண்டெக், சென்னை - 600 005. BharathiTV | www.bookday.in

அணிந்துரை

“இந்திய ஆன்மீகமும், காவிப் பிளவுவாதமும்” என்ற நூலை தோழர் எம்.அபுதாகீர் எழுதி பாரதி புத்தகாலயம் வெளியிடுகிறது. கடந்த 40 ஆண்டு காலமாக சென்னை நகர சிறு வியாபாரிகள் சங்கத்தின் பொதுச் செயலாளராக தோழர் அபுதாகீர் செயல்பட்டு வருகிறார். சி.பி.ஐ(எம்) வடசென்னை மாவட்டக்குழு உறுப்பினராக பல ஆண்டுகள் செயல்பட்ட இவர் இப்போதும் கட்சி உறுப்பினராக தொடர்ந்து இயங்கி வருகிறார். நீண்டகால கள அனுபவமும், பல ஆண்டுகள் கம்யூனிஸ்ட் இயக்கத்தின் அங்கமாகவும் செயல்பட்டு பெற்ற அரசியல், தத்துவார்த்த அனுபவத்தை அவர் எழுதிய நூலில் காண முடிகிறது.

சிந்து சமவெளி நாகரீகத்தில் தொடங்கி இன்றைய வகுப்புவாத – கார்ப்பரேட் கூட்டு பாஜக அரசு வரையில் பல்வேறு அரசியல், தத்துவார்த்த, பண்பாடு, பொருளாதாரம், சமூகப் பிரச்சனைகள் உள்ளிட்ட அம்சங்களை தனது நூலில் விளக்கியுள்ளார்.

ஆரியர் வருகைக்கு பிறகான வேதகாலம், அக்காலத்திலேயே உருவான பொருள்முதல்வாத அடித்தளம் கொண்ட லோகாயதவாதம், பௌத்தம், சமணம், சாங்கியம், வைசேசிகம் உள்ளிட்ட பல சித்தாந்தங்களை நூல் ஆசிரியர் கோடிட்டுக் காட்டுகிறார். சமூக நீதிக்கு எதிரானது மனு நீதி என்பதை தனது நூலில் ஆசிரியர் தோலுரித்துக் காட்டுகிறார். மனு ஸ்மிருதியின் பல அம்சங்களை சுட்டிக்காட்டும் நூலாசிரியர், இதற்கு எதிராக 19ஆம் நூற்றாண்டிலும், 20ஆம் நூற்றாண்டிலும் நடைபெற்ற போராட்டங்களை விளக்குகிறார். குறிப்பாக தமிழ்நநாடு, கேரளா, மராட்டியம் உள்ளிட்ட மாநிலங்களில் நடைபெற்ற சமூக சீர்திருத்த இயக்கங்களை அவருக்கே உரிய பாணியில் விளக்கியுள்ளார். வள்ளலார், வைகுண்ட சாமிகள், நாராயண குரு பிற்காலத்தில் தந்தை பெரியார், அண்ணல் அம்பேத்கர், ஜோதிபாபூலே மற்றும் கம்யூனிஸ்ட் இயக்கத்தின் தலைவர்கள் உள்ளிட்டு ஆற்றிய மகத்தான பங்களிப்பு இல்லையென்றால் இன்றுள்ள நவீன இந்தியா உருவாகியிருக்காது.

விடுதலைக்குப் பின், உருவாக்கப்பட்ட அரசியலமைப்புச் சட்டமானது மதச்சார்பற்ற ஜனநாயகம், கூட்டாட்சி, சமூக நீதி, பொருளாதார சுயசார்பு உள்ளிட்ட விழுமியங்களை கொண்டதாக அமைந்தது. உலக அளவிலும், தேசிய அளவிலும் நிலவிய சூழ்நிலைமைகளுக்கு ஏற்ப வளர்ந்துவரும் சமூகத்தினுடைய தேவைகளுக்கு ஏற்ற விதத்தில் அரசியலமைப்புச் சட்டம் உருவாக்கப்பட்டது.

அரசியல் சட்ட வரைவுக்குழுவின் தலைவராக இருந்த அண்ணல் அம்பேத்கர், நிர்ணய சபையில் ஆற்றிய கடைசி உரையில், எந்தக் கவலையை அவர் வெளிப்படுத்தினாரோ அந்த சவாலை நாடு இப்போது சந்தித்துக் கொண்டிருக்கிறது.

அரசியலில் ஒரு வாக்குக்கு ஒரு மதிப்பு என்ற நிலையை நாடு அடைந்தாலும், சமூகப் பொருளாதாரத் தளங்களில் சமத்துவம் இல்லை. மிகப்பெரிய ஏற்றத்தாழ்வு ஏற்பட்டு வருகிறது. 1925 ஆம் ஆண்டு உருவான ஆர்.எஸ்.எஸ். அமைப்பு தன்னுடைய நிகழ்ச்சி நிரலான இந்துத்துவாவினை நடைமுறைளப்படுத்திட பல்வேறு முயற்சிகளை எடுத்து வருகிறது. பாசிசத் தன்மை கொண்ட ஆர்.எஸ்.எஸ். அமைப்பின் வழிகாட்டுதலில் இயங்கிவரும் பாஜக – மோடி அரசாங்கம் கடந்த 10 ஆண்டு காலமாக மத அடிப்படையில் மக்களை பிளவுபடுத்தி இந்துத்துவா – இந்து ராஷ்ட்டிராவை நிர்மாணிக்க வேகம் காட்டி வருகிறது.

இந்த சூழலில் சிறுபான்மை மக்களும், பட்டியலின மக்களும் கடுமையான தாக்குதலை எதிர்கொள்வதை நூலாசிரியர் வேதனையோடு விளக்கியுள்ளார்.

மோடி அரசாங்கத்தின் இந்துத்துவ – எதேச்சதிகார ஆட்சியை எதிர்ப்பதற்கு சிறுபான்மை மக்கள் ஜனநாயக இயக்கத்தோடு குறிப்பாக இடதுசாரி இயக்கத்துடன் இணைந்து செயல்பட வேண்டும் என்பதை வலுவாக நூலாசிரியர் பதிவு செய்துள்ளார்.

நூலாசிரியர் தனது கள அனுபவத்தில் தொடங்கி, அரசியல் தத்துவார்த்த அணுகுமுறை அடிப்படையில் இந்த நூலை எழுதியிருக்கிறார். சிவகங்கை மாவட்டம் சோதுகுடி என்ற கிராமத்தில் ஏழைக் குடும்பத்தில் பிறந்தவர் அபுதாகீர். வறுமையில் உழன்ற குடும்பத்தில் இருந்து பிழைப்பிற்காக கிராமத்தை விட்டு வெளியேறி தனது 14வது வயதில் (1962ஆம் ஆண்டு) சென்னைக்கு வருகிறார். சென்னையில் ஒரு ஓட்டல் தொழிலாளியாக

பணியாற்றத் தொடங்கினார். பாரிமுனையில், அகமதியா என்ற ஓட்டலில் தொழிலாளியாக அவர் வேலை செய்தபோது அந்தப் பகுதியில் நடைபாதையில் கடை வைத்திருந்த சிறு வியாபாரிகளின் அவலநிலைமையைக் கண்டு, அவர்களை அமைப்பாகத் திரட்டும் பணியில் செயல்பட்டு வந்த சிறு வியாபாரிகள் சங்கத்தில் தன்னை ஈடுபடுத்திக் கொண்டார். 1970களின் தொடக்கத்தில் அவரும் சிறு வியாபாரியானார். சிறு வியாபாரிகளின் நிச்சயமற்ற நிலைமையை தன்னுடைய நூலில் விளக்கியிருக்கிறார்.

1974ஆம் ஆண்டு சென்னை நேதாஜி போஸ் ரோட்டில், சைனா பஜாரில், ரோலக்ஸ் ஹோட்டல் அருகில், பிளாட்பாரத்தில் சிறு வியாபாரிகளாக வணிகம் செய்தவர்கள் நாங்கள். அங்கு தரையில் கோணிச்சாக்கு விரித்து, அதற்கு மேலே பிளாஸ்டிக் விரித்து, செருப்பு, மணிபர்ஸ், பெல்ட், பிளாஸ்டிக் பொருட்கள் மற்றும் பனியன் உள்ளிட்ட பொருட்களை வைத்து கூவிக் கூவி வியாபாரம் செய்பவர்கள் நாங்கள் போலீஸ் வந்தால் கடைகளை வாரிச் சுருட்டி, அள்ளிக்கொண்டு ஓட வேண்டும்.

சில நேரங்களில் அடியும் உதையும் வாங்க வேண்டும். அந்த நிலைமையிலும் சோசலிசம், மார்க்சியம் என்றால் என்ன, முதலாளித்துவம் என்றால் என்ன என்ற விவாதம் எங்களிடையே சூடு பறக்கும். அப்பொழுது 'தீக்கதிர்' பத்திரிகை மதுரையில் இருந்து வரும், அது சிறிய அளவில் இருக்கும். அதை வாங்கி ஆர்வமாகப் படிப்போம். எங்களுக்கு புகலிடமாக நம்பர் 16 சிஸ்ட்ரிங்கர் தெரு, சி.ஐ.டி.யூ. அலுவலகம் இருந்தது. அங்கு தோழர்கள் எஸ்.வெங்கட்ராமன், பி.ஜி.கிருஷ்ணன், கே.எம். ஹரிபட் ஆகியோரை பார்ப்போம். கேர் ஆப் பிளாட்பாரமாக இருந்த எங்களுக்கும், விளிம்புநிலை மக்களுக்கும் முகவரி கொடுத்து பிளாட்பாரத்திலேயே வியாபாரம் செய்யும் உரிமையைப் பெற்றுக்கொடுத்ததும் கம்யூனிஸ்ட் இயக்கம்தான்." நிச்சயமற்ற நிலைமையையே தங்களுடைய வாழ்க்கையாகக் கொண்டிருந்த சிறு வியாபாரிகளைத் திரட்டிட வியாபாரிகள் சங்கமும், மார்க்சிஸ்ட் கம்யூனிஸ்ட் கட்சியும் எடுத்த முயற்சியினால் சென்னை நகரத்தில் சிறு வியாபாரிகள் சங்கம் பலமடைந்தது. நீண்ட போராட்டங்களுக்குப் பின்னர் இவர்கள் அடையாளம் காணப்பட்டு மாநில அரசு மற்றும் சென்னை மாநகராட்சியின் மூலம் வியாபாரம் செய்யும் உரிமையை வென்றுள்ளனர். இப்போதும் சிறு வியாபாரிகளின் நலன்களைப் பாதுகாக்க

சென்னை மாநகர சிறு வியாபாரிகள் சங்கங்களின் கூட்டமைப்பு இயங்கி வருகிறது.

தோழர் அபுதாகீர் தலைமையில் சென்னை நகர சிறு வியாபாரிகள் சங்கமும் செயல்பட்டு வருகிறது. சிறு வியாபாரிகளுக்கான போராட்டங்களில் முக்கியப் பங்காற்றியவர் தோழர் அபுதாகீர். இவர் தொழிற்சங்கத் தலைவர் மட்டுமல்ல, நல்ல பாடகரும்கூட. இப்போதும் சி.ஐ.டி.யூ. மற்றும் சி.பி.ஐ.(எம்) நிகழ்ச்சிகளில் அவருடைய பாடலை நாம் கேட்க முடியும்.

நான்காம் வகுப்பு வரை மட்டுமே படித்தவர் அபுதாகீர். அர்ப்பணிப்பான தனது பணியினால் தொழிற்சங்கத் தலைவராக உயர்ந்தார். சிறு வியாபாரிகளைத் திரட்டும் பணியில் ஈடுபட்டு, மார்க்சிஸ்ட் கம்யூனிஸ்ட் கட்சியில் இணைந்து மாவட்டக் குழு உறுப்பினர் வரையில் பொறுப்புகளை ஏற்று செயல்பட்டவர். இந்திய அரசியல், தத்துவம், பொருளாதாரம் போன்ற அம்சங்களை விளக்கியதோடு பாஜகவை வீழ்த்திட வேண்டிய கடமையையும் சிறப்பாக தனது நூலில் விளக்கியுள்ளார். தோழர் அபுதாகீர் அவர்களது களப்பணியும் கருத்தியல் பணியும் தொடர வாழ்த்துகிறேன்.

ஜி.ராமகிருஷ்ணன்

அரசியல் தலைமைக்குழு உறுப்பினர் - சிபிஐ(எம்)

முன்னுரை

தோழர் அபுதாகீர் எழுதியுள்ள இந்நூல் மிக முக்கியமான படைப்பாகும். ஏராளமான நூல்கள் வாசிப்பு மற்றும் கடினமான முயற்சிகள் அடிப்படையிலேயே இந்நூல் எழுதப்பட்டுள்ளது என்பதில் ஐயமில்லை. ஏராளமான தகவல்களுடன் கருத்துக் களஞ்சியமாக இந்நூல் அமைந்துள்ளது. சிந்து சமவெளி நாகரீகம் தொடங்கி, தற்காலிக அரசியல் நிலவரம் வரை பன்முகத் தன்மை வாய்ந்த கருத்துக்கள் இந்நூலில் இடம்பெற்றுள்ளன.

மனுநீதி, பௌத்தம், சமணம், சாங்கியம், லோகாயுதம் உள்ளிட்ட தத்துவக்கோட்பாடுகள் பற்றி இடதுசாரிப் பார்வையுடன் எழுதப்பட்டிருப்பது வரவேற்கத்தக்க அம்சமாகும். வர்ணாசிரம ஒடுக்குமுறைகள், பெண்ணடிமைத்தனம் மனுநீதிக் கோட்பாடுகளால் இச்சமூகத்தில் எவ்வாறு ஆழமாக வேரூன்றி விட்டது என்பதை அழுத்தமாகக் குறிப்பிடுகிறார். இத்தகைய சமூக ஒடுக்குமுறைகளுக்கு எதிரானப் போராட்டங்களில் சமூக, சீர்திருத்த இயக்கங்களின் பங்களிப்பு இந்திய வரலாற்றில் மிக முக்கியமான அத்தியாயமாகும். இன்றளவும் இத்தகைய ஒடுக்கு முறைகள் நீடிக்கின்றன என்றபோதிலும் பாதிக்கப்பட்ட மக்களுக்கு இன்று பல உரிமைகளும், சலுகைகளும் கிடைத்துள்ளன என்றால் அதற்கு சமூகச் சீர்திருத்த இயக்கங்களின் நடவடிக்கைகளே பிரதானக காரணமாகும். இந்தியாவில் சமூக சீர்திருத்த இயக்கங்களின் பட்டியல் மிக நீளமானது. ராமானுஜர், வைகுண்ட சாமிகள், நாராயண குரு, வள்ளலார், ஜோதிபா பூலே, விவேகானந்தர், அம்பேத்கர், பெரியார் என இவர்கள் அனைவரின் கருத்தோட்டங்களும் பொருத்தமான முறையில் இந்நூலில் இடம்பெற்றுள்ளன.

இந்திய விடுதலை என்பது நீண்ட நெடிய போராட்டத்திற்குப் பிறகு கிடைத்த வெற்றியாகும். இப்போராட்டங்கள் பன்முகத் தன்மை வாய்ந்தவை. பல இயக்கங்கள் மற்றும் பல ஆளுமைகளின் பங்கேற்பு நிறைந்ததாகவும் இப்போராட்டம் இருந்துள்ளது. ஆனால், ஆளும் வர்க்கங்கள் இந்திய விடுதலைப் போராட்டத்தின் முழு பரிமாணங்களையும் தாம் உருவாக்கிய

சரித்திரத்தில் கொண்டு வரவில்லை. இதனால், இளம் தலைமுறையினர் - மாணவர்கள் விடுதலைப் போராட்ட வரலாறு குறித்த முழு விபரங்களை அறிய இயலாதவர்களாக உள்ளனர். ஆளும் வர்க்கங்கள் முன்னிறுத்தும் காங்கிரஸ் இயக்கம் - மகாத்மா காந்தியின் பிரதானப் பங்களிப்பை நாம் குறைத்து மதிப்பிடவில்லை. இருப்பினும், கம்யூனிஸ்ட் இயக்கத்தின் வீரம் செறிந்த பாத்திரம் - நிகழ்வுகள் நேதாஜி சுபாஷ் சந்திரபோஸ் முன்னெடுத்த இயக்கம் ஆகியவை இந்திய விடுதலைப்போரின் கேந்திரமான நிகழ்வுகளாகும். இவையனைத்தையும் இந்நூலில் அபுதாகீர் உரிய முக்கியத்துவத்துடன் பதிவு செய்துள்ளார். குறிப்பாக, இந்திய விடுதலைக்கு முதல் குரல கொடுத்த அரசியல் இயக்கம் கம்யூனிஸ்ட் இயக்கமே என்ற தகவல் இந்நூலில் அழுத்தமாக இடம்பெற்றுள்ளது.

இந்தியாவில் வகுப்புவாத சக்திகளின் சீர்குலைவு நடவடிக்கைகள் குறிப்பாக, ஆர்.எஸ்.எஸ்.சின் செயல்பாடுகள் நிறைந்த பகுதி இந்நூலின் முக்கியப் பகுதியாக அமைந்துள்ளது. இன்றைய சூழலில் இது தேவையும்கூட. 1925ல் உருவான ஆர்.எஸ்.எஸ். இயக்கம் இந்திய விடுதலைப்போரில் ஒருங்கிணைந்திருந்த மக்களை எவ்வாறு மத அடிப்படையில் பிளவுபடுத்தியது - குறிப்பாக, 1945-46ல் நடைபெற்ற மதக் கலவரங்களில் அதன் பங்கு - தேசப் பிரிவினைக்கு இட்டுச் சென்ற நிகழ்வுகள் - 1948ல் மகாத்மா காந்தி படுகொலை உள்ளிட்ட சம்பவங்கள் உரிய விபரங்களுடன் இந்நூலில் இடம்பெற்றுள்ளன.

இந்திய விடுதலைக்குப் பிறகு உள்ள நிகழ்வுகளில் சங்பரிவார் வகித்து வரும் பாத்திரம் - ஜனசங்கம் உதயம் - ஜனதா கட்சிக்குள்ளும், ஜனதா அரசிலும் சங்பரிவார் நடவடிக்கைகள் - ஜனதா அரசு வீழ்ச்சி - பிற்காலத்தில் பிஜேபி உருவாக்கப்பட்டதும் அதன் இன்றளவும் உள்ள பாத்திரமும் இந்நூலில் விரிவாக இடம்பெற்றுள்ளன. இந்நூலை நடுநிலையுடன் படிக்கும் எவரும் சங்பரிவார் நடவடிக்கைகளுக்கு எதிராகத் திரும்புவது தவிர்க்க முடியாததாகும். அவ்வளவு அழுத்தமான பதிவுகள் இந்நூலில் இடம்பெற்றுள்ளன.

அதுமட்டுமல்ல, பெரும்பான்மை வகுப்புவாதத்திற்கு, சிறுபான்மை வகுப்புவாதம் மாற்றல்ல என்ற கருத்தோட்டத்துடன் இஸ்லாமிய அடிப்படைவாத அமைப்புகள் குறித்த எச்சரிக்கையும் இந்நூலில் இடம்பெற்றுள்ளது. மதச்சார்பின்மை - மத நல்லிணக்க

கருத்தோட்டத்துடன் இந்த அம்சங்கள் இடம்பெற்றுள்ளன. மறுபுறம், சிறுபான்மை மக்களாகிய இஸ்லாமிய மக்கள் சமூக ரீதியாகவும், பொருளாதார ரீதியாகவும் எதிர்கொள்ளும் சவால்கள் மற்றும் துயரங்களை அவருக்கே உரித்தான பாணியில் அபுதாகீர் பதிவு செய்கிறார். சிறுபான்மை மக்களின் உண்மையான பாதுகாப்பு இடதுசாரி இயக்க வளர்ச்சியிலும், அவ்வியக்கங்களில் அம்மக்கள் இணைவதிலும்தான் அடங்கியுள்ளது என்பதை அழுத்தமாகக் குறிப்பிடுகிறார். சிபிஐ (எம்) முன்வைக்கும் கருத்துக்களை பொருத்தமான முறையில் ஆங்காங்கு மேற்கோள் காட்டியுள்ளார்.

மத நல்லிணக்கம்-மக்கள் ஒற்றுமையில் அக்கறையுள்ள அனைவரும் வாங்கிபடிக்க வேண்டிய நூல் இது. குறிப்பாக, இஸ்லாமிய மக்கள் மத்தியில் இந்நூல் விரிவாக கொண்டுசெல்லப்பட வேண்டும். பரவலான இளைஞர்களிடம் கொண்டு செல்வதில் தனிக் கவனம் செலுத்திட வேண்டும். நூல் முழுவதும் தேச நலன் - சமூக நல்லிணக்கம் பற்றிய கருத்தோட்டம் இழையோடுகிறது. இந்நூலை சிறந்த முறையில் உருவாக்கிய அபுதாகீர் அவர்களுக்கு எனது நெஞ்சம் நிறைந்த பாராட்டுகளும், வாழ்த்துகளும்.

வாழ்த்துகளுடன்,
பி.சம்பத்
மத்தியக்குழு உறுப்பினர்
இந்திய கம்யூனிஸ்ட் கட்சி (மார்க்சிஸ்ட்)

வாழ்த்துரை

எம்.அபுதாகீர் அவர்கள எழுதி வெளியிடும் “இந்திய ஆனமீகமும் காவி பிளவுவாதமும்” என்ற நூல் தற்போதைய அரசியல் சூழ்நிலையில் தேவை அறிந்து வெளியிடப்படும் ஒரு நூலாகும். பல்லாயிரம் ஆண்டு மனித சமூக சாரத்தை உள்வாங்கி அதை இந்திய நிலைமைக்கு ஏற்ப தனது பட்டறிவுக்கு சரி என்று பட்டதை துணிச்சலோடு இந்த நூலில் அபுதாகீர் அவர்கள் தெரிவித்திருக்கிறார்கள்.

தரைக்கடை வியாபாரியாக ஏழ்மை நிலையில் தனது வாழ்க்கையை துவங்கிய அபுதாகீர் அவர்கள், கடைபிடித்தேன், சம்பாதித்தேன் என்று இல்லாமல், சக வியாபாரிகளின், ஏழை, எளிய மக்களின் துயரங்களை, அவமானங்களை துடைத்தெறிய தன்னை அர்ப்பணித்துக் கொண்டவர். சென்னை மாநகரில் வியாபாரம் செய்யும் தரைக்கடை வியாபாரிகளை அங்காடி வைத்து வியாபாரம் செய்ய சட்டப்போராட்டம் நடத்தி அரசிடம் அனுமதி பெற்று அவர்கள் வாழக்கையில் நம்பிக்கையை உருவாக்கியவர். இந்த பெரும் செயலுக்கு கூட்டம் கூடினோம், வெற்றி பெற்றோம் என்று இல்லாமல் ஆட்சியாளர்களின் கொள்கைகளைப் புரிந்துகொள்ள உலக ஞானத்தை வளர்த்துக்கொண்டு, சக வியபாரிகளுக்கும் அரசியல் பயிற்றுவித்து களத்தில் எதையும் எதிர்கொள்ளும் தைரியத்தை உருவாக்கியவர்.

ஒரு எளிய மனிதன் மாபெரும் வெற்றிகளை அடைவதற்கு முன்பு சந்திக்கும் பிரச்சனைகளுக்குப் பின்னால் இருக்கும் காரணங்களை அரசியல் - தத்துவப் பின்னணியோடு கோரிக்கைகளை உருவாக்கி அதை வென்றெடுக்கப் பாடுபட்டவர்.

இந்தப் படிப்பினைகளில கிடைத்த ஞானத்தை சமகால அரசியல் போக்கில் பொருத்திப் பார்க்கும் உரைக்கல்தான் அவருடைய இந்த புத்தகம்.

உலகம் முழுவதும் மனித சமூகம் கண்ட பரிணாம வளர்ச்சிதான் இந்திய தேசத்திலும் நிகழ்ந்தது. ஆனால் இந்திய சமூகத்தின் மத்தியில் திட்டமிட்டு மதச் செயல்பாடுகள்

கட்டமைக்கப்பட்டன. இதனால் பெரும்பான்மை மதம் மட்டுமல்ல, சிறுபான்மை மதமும், இனம், மொழி, ஜாதி, பெண் அடிமைத்தனம் உள்ளிட்ட அனைத்து பிற்போக்கான, பழமைவாதக் கண்ணோட்டத்தின் உச்சத்தில் இருக்கும் ஒரு நாடாக இந்திய தேசம் விளங்குகிறது. மிக எளிதாக இந்திய மக்கள் ஜாதி, மதம், இனம், மொழி, ஆணாதிக்கம் சார்ந்த கருத்துகளால் ஈர்க்கப்பட்டு அதன்பின் அணிதிரளுவதும். ஒன்றுபடுவதும், கோபம் கொளவதும் தற்போதைய ஆட்சியாளர்களுக்கு சாதகமாக உள்ளது.

இந்தியா பிரிட்டிஷாரிடம் இருந்து விடுதலை பெறுவதற்கு அனைத்து அடையாளங்களையும் விலக்கி வைத்துவிட்டு, தேச விடுதலை என்ற ஒற்றைக் கோஷத்தில் அனைவரும் அணி திரண்டு குரல் கொடுத்ததால்தான் நாடு விடுதலை பெற முடிந்தது. ஆனாலும் பிரிட்டிஷ் ஆட்சியாளர்கள் இந்திய மக்கள் மத்தியில் உள்ள இந்த மத உணர்வுகளை சாதகமாகப் பயன்படுத்தி தேசத்தைப் பிளவுபடுத்தினார்கள். மக்கள் மத்தியில் உருவாக்கப்பட்ட விடுதலைக்கான ஒற்றுமையை பல வழிகளிலும் பிரிட்டிஷ் ஆட்சியாளர்கள் சிதைத்தனர்.

சுதந்திர இந்தியாவில் பெரும் கனவுகளோடு, பெரும் நம்பிக்கையோடு, பெரும் எதிர்பார்ப்போடு இருந்த மக்கள் இந்திய ஆட்சியாளர்களால் ஏமாற்றப்பட்டனர். எல்லா வளமும் கொண்ட இந்திய தேசத்தில் கல்வியே எட்டாக்கனியாய் மாறிப்போனது. உலகத்தில் மிக மோசமாக 74 சதவீதமான மக்கள் போதிய உணவு இல்லாமல் வாழக்கூடிய நாடு என்ற அவப்பெயரை, துயரத்தை இந்தியா பெற்றுள்ளது.

இந்த அவலங்களுக்கு எதிராக தேசம் ஒன்று திரண்டு விடக்கூடாது என்பதில் ஆட்சியாளர்கள் கண்ணும் கருத்துமாக இருக்கிறார்கள். அதுவும் இன்றைக்கு ஆட்சிப் பொறுப்பில் இருக்கும் இந்துத்துவ ஆர்எஸ்எஸ் – பாஜக அரசு எந்த மட்டத்திலும் ஒன்று சேர்ந்து விடக்கூாது என்பதற்காக இந்திய சமூகத்தில் ஆறில் ஒரு பங்காக இருக்கிற இஸ்லாமியர்களை எதிரிகளாக சித்தரித்து பெரும்பான்மை இந்து மக்களை அணி திரட்டுகிறது. கதை நாயகன் ராமனை கடவுளாக்கி ஜெய் ஸ்ரீராம் கோசம் எழுப்புகிற கூட்டமாக இந்திய பெரும்பான்மை சமூகத்தை மாற்றத் துடிக்கிறது. இதற்கு சமமாக இல்லை என்றாலும் பிரச்சனைகளின்பால் திரள வேண்டிய சிறுபான்மை மக்களை இந்துத்துவா சக்திகளுக்கு எதிராக அதே நிலையில் நிறுத்துகிற

போக்கும் உள்ளது. இது நாட்டிற்கோ, அந்த மக்களுக்கோ எந்த வகையிலும் பயனளிக்காது. மேலும், சிறுபான்மை மக்கள் பாதுகாப்பிற்கும், வாழ்க்கை சூழலுக்கும் உதவி செய்யாது என்பதை ஆதாரங்களோடு இந்த நூலில் தெரிவித்துள்ளார்.

ஆனால் இந்துத்துவா சக்திகள் "வேற்றுமையில் ஒற்றுமையை" உடைக்க எவ்வளவு முயற்சித்தாலும் அதற்கு எதிராக இந்திய சமூகம் இன்றைக்கும் ஒன்றுபட்டு நிற்பதில் உலகுக்கு முன்னுதாரணமாக திகழ்ந்து வருகிறது. 2020ஆம் ஆண்டு குடியுரிமை திருத்தச் சட்டம் (CAA) கொண்டுவரப்பட்டபோது அதற்கு எதிராக ஒட்டுமொத்த இந்தியாவும் எழுந்து நின்றது. இஸ்லாமிய மக்களின் அச்சத்தை, பயத்தை, துயரத்தை பகிர்ந்துகொண்டது மட்டுமல்ல, அவர்களைப் பாதுகாக்கவும் நாங்கள் தயார் என ஆட்சியாளர்களுக்குத் தெரிவித்தது.

ஒரு பண்பட்ட இந்திய சமூகத்தில் சிறுபான்மை மக்கள் தங்கள் உரிமைகளுக்காக, வாழ்க்கை மேம்பாட்டிற்காக அனைத்துப் பகுதி மக்களோடு ஒன்றிணைந்து குரல் கொடுப்பது வலாற்றுத் தேவை.

இன்றைக்கு ஆட்சியாளர்கள் இதற்கு எதிராக இருக்கிறார்கள் என்பது நாம் எல்லோரும் அறிந்ததுதான்.

ஆனால் இந்துத்துவவாதிகள் இந்திய சுதந்திரப் போராட்டத்தில், இந்திய நவக்கட்டுமானத்தில் மகாத்மா காந்தி போன்றோரைப் புறக்கணித்து மரியாதைக்குரிய சுபாஷ் சந்திரபோஸ் அவர்களையும், சர்தார் வல்லபாய் பட்டேல் அவர்களையும் தங்களது நாயகர்களாக சித்தரிக்க முயற்சித்து வருகிறார்கள். எதார்த்தத்தில் பட்டேலும், நேதாஜியும் இந்துத்துவா கருத்துகளுக்கு எதிராகவே இருந்திருக்கிறார்கள்.

1947ஆம் அண்டு இந்துக்களை ஒருங்கிணைப்பதற்கு தேசம் முழுவதும் பிர்லா மந்தீர்களை உருவாக்கிய பிர்லா அவர்கள் இந்தியாவை "இந்து தேசம்" என்று அறிவிக்க வேண்டும் என வல்லபாய் பட்டேலிடம் வலியுறுத்தியபோது அதை அவர் ஏற்றுக்கொள்ளவில்லை என்பது மட்டுமல்ல, அதை அனுமதிக்க முடியாது என்றும் ஆழமாக, உறுதியாகத் தெரிவித்தார். சர்தார் படேலின் இந்த நடவடிக்கை இந்தியா-பாகிஸ்தான் என்று பிரிந்தபோது அல்ல, கராச்சியில் நடைபெற்ற காங்கிரஸ் மாநாட்டிலேயே வெளிப்பட்டது.

எங்களுக்குத் தேவை இதயபூர்வமான ஒற்றுமை, பெரும்பான்மை சமூகம் தைரியத்தை இரு கைகளிலும் எடுத்து சிறுபான்மையினரின் இடத்தில் தங்களை வைத்துப் பார்க்கும்போதுதான் அத்தகைய ஒற்றுமை ஏற்படும். இதுதான் ஞானத்தின் உச்சம் என்று தெளிவாக சர்தார் பட்டேல் குறிப்பிட்டார்.

இந்திய சுதந்திரப் போராட்ட வரலாற்றில் நடைபெற்ற பல்வேறு இயக்கங்களில், அதற்கு தலைமை தாங்கியோர் இந்தக் கருத்தில் உறுதியாக இருந்தனர். ஆனாலும் பிரிட்டிஷாரின் சதியால் இரண்டு நாடுகள் என்ற ஆசை வார்த்தைகள் சாவர்க்கர் மற்றும் முகமது அலி ஜின்னா போன்றவர்களை ஆட்கொண்டது.

காங்கிரஸ் மாநாட்டில் காங்கிரஸ் தலைவராக இருந்த அபுல் கலாம் ஆசாத் அவர்கள் முகமது அலி ஜின்னாவிற்கு கை கொடுக்க வந்தபோதுகூட அதை ஏற்க மறுத்தார். அப்படி ஒரு சூழ்நிலைகள் உருவாக்கப்பட்டபோதுதான் இதுபோன்ற ஒற்றுமைகள் இந்தியாவில் வலுவாக முன்வைக்கப்பட்டு பேசப்பட்டன.

அதேபோல் இந்திய நாடு ஒரு மதச்சார்பற்ற குடியரசாக இருக்க வேண்டும் என்பதில் மிக உறுதியாக நேதாஜி சுபாஷ் சந்திரபோஸ் இருந்தார். மதச்சார்பின்மையும், அறிவியல் சிந்தனையும் போல், மதவெறியை குணப்படுத்தக்கூடிய வேறொன்று இல்லை என ஆழமான கருத்துகளை தெரிவித்தார்.

இந்த ஒற்றுமையும், மதச்சார்பின்மையும், விஞ்ஞான முன்னேற்றமும்தான் இந்தியாவை மேம்படுத்தும். ஆனால் இன்றைய ஆட்சியாளர்கள் மதச்சார்பின்மைக்கான பொருளை சிதைத்து வருகின்றனர். இந்தியா இந்துக்களின் தேசம். இங்கு சிறுபான்மையினர் இருந்துகொள்ளலாம். ஆனால் அவர்கள் ஒருபோதும் தேசத்தின் புதல்வர்களாக முடியாது என்கின்றனர்.

இந்தியாவில் இருக்கும் பல்வேறு அரசியல் கட்சிகளும் மதச்சார்பின்மை என்பது அனைத்து மதங்களின் கூட்டு எனக் கருதுகின்றனர். இந்திய அரசியலமைப்புச் சட்டம் முன் வைத்திருக்கும் கருத்துகளின் அடிப்படையில், அரசு நிர்வாகத்தில் இருந்து மதம் பிரிக்கப்பட்டு இருக்க வேண்டும். மதம் சம்பந்தப்பட்ட காரியங்களில் ஈடுபடுவதற்கு தனி மனிதனுக்கு முழு உரிமை அளிக்கப்பட்ட தேசமாக நம் தேசம் கட்டமைக்கப்பட்டுள்ளது. ஆனால் பாபர் மசூதி இருந்த இடத்தில் ராமர் கோவில் கட்டுவதற்கு இன்றைய ஆட்சியாளர்கள் அதை

அரசு விழாவாக நடத்திக்கொண்டிருக்கிறார்கள். புதிய நாடாளுமன்றக் கட்டிடத்தை திறப்பதை, அடிக்கல் நாட்டுவதை ஒரு இந்து மத அடையாளத்தோடு நிறைவேற்றிக் கொண்டிருக்கிறார்கள். பெரும்பான்மை மதத்தை முன்வைத்து நிகழ்த்தப்படும் இதுபோன்ற அராஜகச் செயல்களை இந்திய அரசியலமைப்பு சட்டம் ஏற்றுக்கொள்ளவில்லை.

சிறுபான்மை மக்கள் உரிமைகளுக்கு குரல் கொடுக்கும்போது, குஜராத்தில் துவங்கி இந்தியப் பரப்பு முழுவதும் அசாமிலும், தில்லியிலும் என தினசரி தாக்குதலுக்கு உள்ளாகிறார்கள். கேள்வி கேட்பவர்களின் குடியிருப்புகள் புல்டவுசர்கால் தகர்க்கப்படுகிறது. இன்றைக்கு அது மதவழி சிறுபான்மையினர் மீதான தாக்குதலாக இருக்கலாம். நாளை அது ஆதிவாசி மக்களை, தாழ்த்தப்பட்ட மக்களை, பிற்படுத்தப்பட்ட மக்களை தாக்கும் என்பதில் சந்தேகமில்லை. அற்கான பல உதாரணங்கள் சமகாலத்தில் நிகழ்ந்துகொண்டே இருக்கின்றன.

இப்படிப்பட்ட சூழலில் சிறுபான்மை மக்கள் பொது சமூகத்தோடு இணைந்து செயல்பட முன்வரவேண்டும் என்ற அழுத்தமான பதிவுகள் சிறப்புக்குரியது.

கல்வி, வேலை வாய்ப்பு போன்றவற்றில் இஸ்லாமியர்கள் மிகப்பெரிய முன்னேற்றம் அடைந்திட ஒரு சரியான அரசியல், பொருளாதாரப் புரிதலோடு அணி திரள வேண்டும் என்ற அவரது ஆவல் பாராட்டுக்குரியது.

பல மாநிலங்களில் சிறுபான்மை மக்கள் அச்சத்தோடு வாழும் சூழலில் தமிழகத்திலும், கேரளத்திலும் பெரும்பான்மை மக்களின் அரவணைப்பில் வாழ்வதற்கான அரசியல் சூழ்நிலை இருப்பது மகிழ்ச்சி அளிககிறது. இந்த மகிழ்ச்சி சிறுபான்மை மக்களின் வாழ்க்கை மேம்பாட்டில் உருவாக வேண்டும் என்ற எம்.அபுதாகீர் அவர்களின் எண்ணம் நிறைவேற வேண்டும். அதற்கு இந்தப் புத்தகம் ஒத்திசைவாக அமையும் என்ற நம்பிக்கையோடு எனது வாழ்த்துகளை தெரிவித்துக்கொள்கிறேன்.

எம்.ராமகிருஷ்ணன்
மாநில பொதுச்செயலாளர்
தமிழ்நாடு சிறுபான்மை மக்கள் நலக்குழு

நூலாசிரியர்

இந்த நூல் இந்தியாவின் ஐந்தாயிரம் ஆண்டு வரலாற்று உண்மைகளைப் பேசுகிறது. அதைப்போல் இந்திய ஆன்மீகப் பன்முகத்தன்மையையும் ஒருமைப்பாட்டு சிந்தனை மரபுகளையும் விரிவாகக் கூறுகிறது. தமிழ் சமுதாயப் பன்முக கலாச்சார முற்போக்குத் தன்மைகளையும் பேசுகிறது. 200 ஆண்டு கால பிரிட்டீஷ் இந்தியாவில் நடைபெற்ற விடுதலைப் போராட்ட வரலாறுகளை, அதன் பன்முகத்தன்மைகளை விளக்குகிறது. இதே காலத்தில் ஆர்.எஸ்.எஸ். அமைப்பின் பிரித்தாளும் பிளவுவாத நச்சு அரசியலையும் விரிவாக எடுத்துக்கூறுகிறது.

இன்றைய சூழலில் சிறுபான்மை மக்கள் மனநிலை என்ன என்று களஆய்வு செய்தும் விவரிக்கிறது. பிஜேபி ஆர்.எஸ்.எஸ். யிடமிருந்து, அதன் வெறுப்பு அரசியலிருந்து தங்களை எப்படி தற்காத்துக் கொள்ள வேண்டும் என்ற தீர்வையும் முன்வைக்கிறது. பெரும்பான்மை மக்கள் சமூகத்தோடு மேலும் எவ்வாறு தங்களை இணைத்துக்கொண்டு செயல்பட வேண்டும் என்ற ஆலோசனையையும் முன்வைக்கிறது.

இன்றைய கள அரசியல் சூழல் கடந்த 9 ஆண்டுகளுக்கு மேலாக ஒன்றிய பிஜேபி ஆட்சியின் மதவாத அரசியலை, அதன் சதிகளை, கார்ப்பரேட் ஏகபோக முதலாளித்துவ அரசியலை அம்பலப்படுத்துகிறது.

பெரும்பான்மை இந்துமதக் கடவுள் நம்பிக்கை கொண்ட மக்களின் அடிப்படைத் தேவைகளை புறக்கணித்துவிட்டு அவர்களின் ஆன்மீக நம்பிக்கையை மிக மிகத் தந்திரமாக எப்படிப் பயன்படுத்தி, அவர்களை எப்படி ஏமாற்றி, வஞ்சித்து சுரண்டுகிறது என்பதை விரிவாக விளக்குகிறது.

இதன்மூலம் அரசியல் ஆதாயத்தை அறுவடை செய்து எப்படி ஆட்சியில் தொடர்ந்து நீடிக்கிறது என்பதையும் விவரமாக விளக்குகிறது. இதற்கான தீர்வுகள் என்ன என்பதை வரலாற்று பூர்வமான ஆய்வுகளிலிருந்து அரசியல் தீர்வுகளையும் முன் வைக்கிறது.

இந்த நூலை சாமானிய உழைக்கும் மக்களுக்கு அர்ப்பணிக்கிறேன். அதேபோல் நான் சார்ந்த இயக்கத் தோழர்களுக்கும் நான்

பணியாற்றும் வியாபாரி சங்கதோழர்கள் மற்றும் அனைத்து மக்களுக்கும் அர்ப்பணிக்கிறேன்.

இந்த நூலை நான் எழுதியதன் நோக்கம் இன்று நாட்டில் உள்ள பெரும்பாலான மக்கள் சாதாரண சாமானிய பல்வேறு மத, இன, மொழி பேசும் மக்கள், நான் உள்பட அன்றாடம்காய்ச்சிகளாக இருக்கிறோம்.

கடந்த ஒன்பது ஆண்டு காலத்திற்கும் மேலாக இந்த ஒன்றிய அரசும், ஒன்றிய பி.ஜே.பி. ஆட்சியும் அதன் மதவாத ஆர்எஸ்எஸ் அமைப்பும் மக்களிடம் பகையை வளர்த்து வருகிறது. இது என்னை மிகவும் பாதித்துள்ளது. என்னுடைய அறச்சீற்றம்தான் என்னை எழுத தூண்டியது.

சர்வதேச அரசியல் பாசிஸம், இனவெறி அரசியலை ஓரளவு படித்திருக்கிறேன். இந்த புரிதலில் கம்யூனிஸ்ட் இயக்கத்திலேயே என்னை இணைத்துக்கொண்டு கடந்த ஐம்பது ஆண்டுகளாக பணியாற்றி வருகிறேன்.

அதுமட்டுமல்ல, தொடர்ச்சியாக சாமானிய மக்களுடன் அவர்களுக்கான அரசியல் தீர்வுகளை நேரடியாக அன்றாடம் உரையாடி வருகிறேன். இந்த உரையாடலின் தொகுப்புதான் இந்த நூல். இதை நீங்கள் வாங்கி வாசித்து அதில் உள்ள கருத்துகளையும் ஆலோசனைகளையும் என்னிடம் பகிர்ந்து கொள்ள வேண்டுகிறேன்.

இந்த நூலுக்கு அணிந்துரை வழங்கிய சிபிஐஎம் கட்சியின் அரசியல் தலைமைக்குழு உறுப்பினர் தோழர் ஜி.ராமகிருஷ்ணன் அவர்களுக்கும் நன்றி உரித்தாகுக.

அதேபோன்று மத்திய கமிட்டி உறுப்பினர் தோழர் எம்.சம்பத் அவர்களுக்கு என் நன்றி.

தமிழ்நாடு சிறுபான்மை நலக்குழு பொதுச்செயலாளர் தோழர் எம்.ராமகிருஷ்ணன் அவர்களுக்கும் என் நன்றியை காணிக்கையாக்குகிறேன்.

மேலும் இந்த நூலுக்கு பொருள் உதவி வழங்கிய சுந்தரம், எஸ்.எம்.பாஷா, ஜி.காளிமுத்து, தமிழ்மணி, ராஜாமுகமது ஆகியோர்களுக்கு அன்பான நன்றியும் வணக்கமும். இந்நூல் நல்ல முறையில் வெளிவர உதவிய பாரதி புத்தகாலயம், சித்து பிரிண்டர்ஸ், நண்பர் சிங்காரவேலு ஆகிய அனைவருக்கும் என் மனமார்ந்த நன்றியை தெரிவித்துக்கொள்கிறேன்.

எம்.அபுதாகீர்

இந்திய ஆன்மீகமும் காவி பிளவுவாதமும்

பொருளில்லார்க்கு இவ்வுலகம் இல்லாததுபோல் அருளில்லார்க்கு அவ்வுலகமும் இல்லை என்றார் திருவள்ளுவப் பெருந்தகை.

பொருளையும் அருளையும் ஒரு புள்ளியில் இணைத்தவர் அவர். இதிலிருந்து நாம் அறிந்து கொண்டது என்னவென்றால் ஒவ்வொரு மனிதருக்கும் ஆண், பெண் இரண்டு தேவைகள் இருக்கின்றன. ஒன்று, பொருளாதாரம் புறவுலக வழக்கைக்கானது. இரண்டாவது, கருத்தியல் தேவை. இது மனிதரின் அக உலகம் சார்ந்தது. இது கடவுள் இறை நம்பிக்கை, கடவுள் மறுப்புக் கொள்கை, கலை, இலக்கியம், பண்பாடு சார்ந்தவையாகும்.

மனித சமூகம் ஒட்டுமொத்தமும் உலகில் இந்த இரண்டு தேவைகளைக் கொண்டுதான் இயங்கி வருகின்றன. இவைகளை அறிந்து கொள்வதற்கு வரலாற்று ஆய்வு, விஞ்ஞான ஆய்வு, பொருள் முதல்வாதக கண்ணோட்டம்தான் சரியான பாதை. இதன் மூலம்தான் உலகம் இயங்குகிறது, வளர்கிறது. இதன் மூலமே நாமும் பயணிப்போம்.

உலக நாடுகளின் ஒவ்வொன்றிலும் ஆரம்பகால தாய்வழி சமூகத்திலிருந்து பொருள் உற்பத்தி முறையில் ஏற்பட்ட மாற்றம், வளர்ச்சிதான் சமூக மாற்றத்தின் அடிப்படையாக இருக்கிறது. சில ஆயிரம் ஆண்டுகளுக்கு முன்னால் கலப்பையைக் கண்டுபிடித்தது பெரும் புரட்சியாகும். அதன் ஊடாக விவசாயம் செய்யத்தொடங்கிய போது அதன் வளர்ச்சிப் போக்கில் ஒரு கட்டத்தில் நிலவுடமை சமுதாயம் தோன்றி மன்னர் ஆட்சியாக பரிணாமம் பெற்றது. இது பல வரலாற்று ஆராய்ச்சியாளர்களின் ஆய்ந்த முடிவு.

அன்றைய காலகட்டத்தில் அதன் தன்மைக்கேற்ப மனிதர்கள் மத்தியில் பல கேள்விகள் எழுந்தன. உடல், உயிர், உலகம் இந்த மூன்றுக்குமான உறவு என்ன என்பன போன்ற கருத்துகள் மேலோங்கி எழுந்தன. சராசரி மனிதர்களிடமிருந்துதான் ஞானிகளும் சிந்தனையாளர்களும் தோன்றினர் என்பதை நாம் பார்க்க முடிகிறது. பல கேள்விகளுக்கு சிந்தனையின் ஊடாக, சில தீர்க்கதரிசிகள், ஞானிகள், அறிவுஜீவிக்கள் விடை தேட முயலுகின்றனர். கடவுள் மூலம் பேரன்பு கொண்டு மனிதர்களின்

வாழ்வை மேம்படச் செய்யவும் முயல்கின்றன. இந்தக் காலகட்டத்தில் இந்தியா சில அதிர்வுகளை எதிர்கொண்டது.

சிந்து சமவெளி நாகரீகம்

இந்தியாவில் சுமார் 5 ஆயிரம் ஆண்டுகால பழமையான சாதி மத பேத மற்ற பூர்வகுடி சிந்து சமவெளி நாகரீகம் இருந்து வந்துள்ளது. இது சம்பந்தமான பல வரலாற்று ஆய்வாளர்கள் அறிஞர்கள் பதிவு செய்துள்ளனர். பண்டித ஜவஹர்லால்நேரு, டி.டி.கோ.சாம்பி என்னும் ஆய்வாளர் மற்றும் மேலை நாட்டு அறிஞர்கள் பலர் இதில் அடங்குவர். இது, ஹரப்பா, மொஹஞ்சதோரா நாகரீகம் என்றும் அழைக்கப்படுகிறது. இன்றைய பாகிஸ்தான் அன்றைய இந்தியாவில் இருந்து வந்தது.

ஆரியர்கள் வருகை

கி.மு. ஆயிரத்து ஐநூறு ஆண்டுகளுக்கு முன்பு தற்போதைய ஈரான் அதன் அருகிலிருந்து, ஆசிய நாடுகளிலிருந்து ஆரியர் என்ற நாடோடி இனம் பல பகுதிகளுக்குச் சென்று வாழ்கின்றவர்கள். கடைசியில் நமது நாட்டுக்குள் வந்து சிந்துசமவெளிப் பகுதி மக்களுடன் கலக்கின்றனர். எதிர்ப்பு வரவே நம் மக்களை எதிர்த்து போர் புரிகின்றனர். இதில் வெற்றி பெறுகின்றனர். பின்னர் இரண்டறக் கலக்கின்றனர். இந்த ஆரிய இனம்தான் பல உட்பிரிவுகள் கொண்ட உயர்பிரிவு. இவர்கள்தான் தற்போதும் இந்த 21ஆம் நூற்றாண்டிலும் நமது இந்தியாவில் அரசு உயர் நிர்வாகப் பொறுப்புக்களிலிருந்து (சுமார் 80 சதம்) நம்மை ஆதிக்கம் செய்பவர்கள் என்பது குறிப்பிடத்தக்கது.

இவர்கள்தான் அன்றைய காலகட்டத்தில் தாங்கள் மேலாதிக்கத்தை நிறுவ வேதாந்தம் என்ற தத்துவத்தை உருவாக்கினர். அது நான்கு பிரிவுகளை உள்ளடக்கியதாகும். ரிக், யஜூர், சாம, அதர்வணம் ஆகிய பிரிவுகள்.

இயற்கையின் பகுதியாகிய நிலம், நீர், நெருப்பு, காற்று, இடி, மின்னல், வானம், மலை, முகில், மழை இவைகளை தெய்வங்களாக்கி இவற்றிற்கு செலுத்தும் வழிபாடுகளே வேதங்களில் பேசப்படும் விஷயங்களாகும். வித் என்ற

வடமொழிச் சொல்லிலிருந்து வேதம் என்னும் சொல் தோன்றியது. வித் என்றால் அறிதல் என்ற பொருள் ரிக், யஜுர், சாம, அதர்வணம் நான்கு வேதங்கள் சம்பந்தமாக தத்துவ ஆசிரியர் கி.லட்சுமணன் (இலங்கை) இவ்வாறு கூறியுள்ளார். ரிக் என்பது தோத்திரம், யாகங்கள், ஸ்லோகங்கள் கொண்டது. யஜுர் சாம என்பதற்கு பண் அல்லது இசை என்பது கருத்து. அதர்வணம் என்பது மாந்தீரிகம் சம்பந்தப்பட்ட தொகுப்பு. உபநிடதங்கள் என்பது வேதங்களின் தொகுப்பு. வேதங்களின் உட்பிரிவு உபநிடதம் என்ற வடமொழிச் சொல்லுக்கு தமிழில் அதன் பொருள் குருவின் அருகில் அமர்ந்து மிகச் சிரத்தையோடு கேட்பது என்பதாகும். பிரம்ம சூத்திரத்திற்கு பாதராயனர் என்பவர் அளித்த விளக்கத்திலிருந்து மேற்சொன்ன தத்துவம் உருவாக்கப்பட்டதாக குறிப்பு உள்ளது.

இந்தக் காலகட்டத்தில் சுமார் கி.மு.1500 ஆண்டுகளுக்கு முன்னால் மனிதர்களை மேலோர், கீழோர் என்று பிரித்து வைக்கும் கோட்பாடுகள் ஆசிரியர்களால் உருவாக்கப்பட்டன. தற்பொழுது நாம் பிராமணர் என்று சொல்லப்படும் ஆரியர்கள் நான்கு வர்ணத்தைப் படைத்ததாகவும் அவை சதுர், வருணம், மயா, சிருஷ்டம் என்பதாகும். பிரம்மாவின் நெற்றியிலிருந்து பிறந்தவன் பிராமணன் நெஞ்சியிலிருந்து பிறந்தவன் சத்திரியன். தொடையிலிருந்து பிறந்தவன் வைசியன். பாதத்திலிருந்து பிறந்தவன் சூத்திரன் என்றும் பிரிவுகள் உருவாக்கப்பட்டன. இதில் பஞ்சமர் என்ற பிரிவும் உண்டு. இவர்கள் அடிமைகள் என்பதாகும் இதை வரலாற்று அறிஞர் டி.டி.கோசாம்பி பதிவு செய்துள்ளார்.

பிராமண குலத்தில் பிறந்த டி.டி.கோசாம்பி (1907-1966) அவர்கள் உயர்ந்த கல்விமான். பனாரஸ் பல்கலைக்கழகத்திலும் மேலும் பல உயர் கல்வி அமைப்புகளிலும் பணியாற்றியவர். தத்துவ ஆசிரியர் என்றும் அறியப்படுகிறார். அவர் புத்தகங்களைக் கொண்டு மட்டும் ஆய்வு செய்யவில்லை. நேராக ஹரப்பா, மொஹஞ்சதோரா மற்றும் பல பகுதிகளுக்குச் சென்று ஆய்வு மேற்கொண்டுள்ளார். தொல்லியல் எச்சங்களை ஆய்வு செய்கிறார். இவரைப் ரோல பல ஆய்வாளர்களும் ஆய்வு செய்ததில் ஒரே முடிவுக்கு வந்துள்ளனர். 5 ஆயிரம் ஆண்டுகளுக்குமேல் வட இந்தியாவில் பரவியிருந்த சிந்து சமவெளி பூர்வக்குடி நாகரீகம் சம்பந்தமாக அவர் கூறுகிறார். ஆதிகாலத்தில் அங்கு சிறு தெய்வ வழிபாடு, குலதெய்வ வழிபாடு இருந்து வந்ததாகக் கூறுகிறார்.

பெண் தெய்வ வழிபாடு இருந்ததாகவும் கூறுகிறார். அதேபோல் வனவிலங்குகள் 'பறவைகள்' குறிப்பாக கருடன், மயில், யானை, சிங்கம், புலி, எலி ஆகியவற்றையும் வழிபாட்டுத் தெய்வங்களாக வணங்கினார்கள் என்கிறார்.

காலப்போக்கில் ஆரியர் வருகைக்குப்பின் லட்சுமி, சரஸ்வதி, பார்வதி என்று உருமாற்றியது நிகழ்ந்தது. விஷ்ணு பாம்புப் படுக்கையில் அமர வைக்கப்பட்டது. யானை விநாயகராகவும் வடிவம் பெற்றது. பார்வதி, சிவன் மனைவியாகவும் லட்சுமி விஷ்ணுவின் மனைவியாக்கப்பட்டது பற்றியும் கூறுகிறார். அந்தக் காலத்தில் பலி கொடுப்பது நடந்து வந்துள்ளது. அது மனிதப் பலி உட்பட பல நரபலிகள், சடங்குகள் இருந்து வந்தன. இது காலப் போக்கில் மருவி அலகு குத்துவது, காவடி எடுப்பது, தீ மிதிப்பது உடம்பெல்லாம் கம்பிகளால் குத்திக் கொள்வது இவைகள் நரபலி மருவி தன்னைத்தானே தெய்வத்திற்காக இந்த வதை செய்து கொள்ளும் பழக்கம் வந்ததாகக் கூறுகிறார். சமீபத்தில் ஒரு பேட்டியில் மனநல மருத்துவர் முனைவர் டாக்டர் சாலினி அவர்கள் சுவாரசியமான ஒன்றைச் சொன்னார். அது என்னவென்றால் இன்றைய நவீன காலத்தில் திருஷ்ட்டி சுத்தி உடைக்கும் பூசனிக்காயில் மனித முகத்தை வரைந்து முக்கிய நிகழ்வுகளின் உடைக்கின்றனர். இது மனித நரபலியின் எச்சம் தான் என்றார்.

சத்திரியன் அரசன் அல்லது போர் படைத்தலைவன். இவன் நாட்டை ஆளவேண்டும். பிராமணர்கள் அரசு நிர்வாகத்தில் உயர் பொறுப்புகளிலும் மன்னருக்கு ஆலோசனை கூறும் இடத்திலும் வைக்கப்பட்டனர். வைசியர்கள் வணிகம் செய்வதற்காகவும், சூத்திரர்கள் இம் மூன்று பிரிவினருக்கும் சேவகம் (கூலி இல்லா உழைப்பு) செய்பவர்களாகவும் ஆக்கப்பட்டனர். இதற்கு அடுத்த நிலையில் உள்ள பஞ்சமர்கள் அதாவது ஆதிவாசிகள், பழங்குடியினர், மலைவாழ் மக்கள் அடிமைகளாக்கப்பட்டனர்.

டி.டி.கோசாம்பி சொல்கிறார்: இந்தியாவில் அடிமை சமுதாயம் இல்லை. சூத்திரர், பஞ்சமர்கள் கடவுள் பேரால், தத்துவங்கள் பேரால் வர்ணாஸ்வர தர்மம் என்று புனிதப்படுத்தப்பட்டு அதை ஏற்றுக் கொள்ளச் செய்யப்பட்டனர். ஆரிய மேலாதிக்கத்தை நிறுவ இவ்வாறு நடைபெற்றது என்கிறார். இந்த வர்ணத்துக்குள் காலப்போக்கில் ஏராளமான சாதி உட்பிரிவுகள் தோன்றியதாகவும் கூறுகிறார்.

இதை மேலும் நிலை நிறுத்த 'மனுநீதி' 'அர்த்த சாஸ்திரம்' ஆகிய புனித நூல்களை கௌடில்யர் என்பவர் (சாணக்கியர்) உருவாக்கியதாகவும் கூறப்பட்டுள்ளது. இது பற்றி பேராசிரியர் அருணன் எழுதிய 'தமிழக சமூக சீர்த்திருத்த வரலாறு 200 ஆண்டுகள்' என்ற நூல் 1999ல் அன்றைய தமிழக முதல்வர் கலைஞர் அவர்களால் வெளியிடப்பட்டது. அதில் இவ்வாறு கூறப்பட்டுள்ளது:

மனுநீதியே வாழ்க்கை நியதி

புராதன பொதுவுடமைச் சமுதாயமானது தனது உள் பலவீனத்தால் சிதைந்தபோது உலகில் அடிமைச் சமுதாய அமைப்பு எழுந்தது. இந்தியாவிலும் எழுந்தது. இங்கே வர்ணாஸ்ரமம் என்கிற வடிவத்தில் அது எழுந்தது. மனிதர்களை பிராமணர், ஷத்திரியர், வைசியர், சூத்திரர் என்று பிறப்பின் அடிப்படையில் நால்வருணங்களாகப் பிரிக்கிற அந்த அமைப்பில் சூத்திரர்களின் நிலை கிட்டத்தட்ட அடிமை நிலையாகவே இருந்தது என்றால், இந்த நால் வருணத்திற்கு அப்பாற்பட்ட சண்டாளர்கள் என்பவர்களின் நிலையோ அடிமை நிலையேதான்.

கிட்டத்தட்ட ஈராயிரம் ஆண்டுகளுக்கு முன்பு உருவானது என்று கூறப்படுகிற "மனுஸ்மிருதி" என்கிற மனுநீதி இப்படிக் கூறுகிறது:

1. "சூத்திரர்களுக்கு கடவுள் விடுத்துள்ள ஒரே வேலை பிராமணர், ஷத்திரியர், வைசியர் ஆகிய மூன்று பிரிவினருக்கும் பணிவோடு ஊழியம் செய்வதே." *(V 91)*

2. "ஒரு சண்டாளனை, வீட்டு விலக்காகியுள்ள ஒரு பெண்ணை, சாதிப்பிரஷ்டம் செய்யப்பட்ட ஒருவனை (சமீபத்தில்) பிரசவமாகியுள்ள ஒரு பெண்ணை, ஒரு பிரேதத்தை, பிரேதத்தைத் தொட்ட ஒருவன் யதேச்சையாகத் தொட நேர்ந்துவிட்டால், குளிப்பதன் மூலம் மீண்டும் ஒருவன் தனது பரிசுத்தத்தைப் பெறுவான். *(V 85)*."

"சூத்திரர்கள் கிட்டத்தட்ட அடிமை நிலையில் என்றால் சண்டாளர்கள் பிரேதத்துடன் இணையாக வைக்கப்பட்டிருந்ததைக் காணலாம். உண்மையில் தமிழகத்தில் அடிமை முறை என்பது 19ம் நூற்றாண்டு வரை தொடர்ந்தது. 19ம் நூற்றாண்டின் ஆரம்ப ஆண்டுகள் வரை விவசாய அடிமை முறையை ஆதரிப்பதாகவே

பிரிட்டிஷ் அரசின் அணுகுமுறை இருந்தது. உதாரணமாக, வருவாய் வாரியத்திற்கு தஞ்சாவூர் கலெக்டர் எழுதிய ஒரு கடிதத்தில் ஓடிப்போன அடிமைகள் மீண்டும் அவர்களது எஜமானர்களிடம் ஒப்படைக்கப்பட வேண்டுமென்றும், மற்றொரு எஜமானரால் சட்டபூர்வமற்ற முறையில் வைத்துக்கொள்ளப்பட்ட ஓர் அடிமையை அவரின் ஒரிஜினல் எஜமானர் மீட்டுக்கொள்ள அனுமதிக்க வேண்டுமென்றும் குறிப்பிட்டிருந்தார். தங்களின் எஜமானர்களுக்காக அடிமைகள் அவசியம் வேலை பார்த்தேயாக வேண்டுமென கட்டாயப்படுத்தும் அதிகாரம் காவல்துறை அதிகாரிகளுக்கு வழங்கப்பட வேண்டுமென்றுகூட அவர் பரிந்துரை செய்தார். ஓடிப்போன அடிமைகளைப் பிடித்துக் கொடுப்பதில் இந்தக் காலத்தில் கலெக்டர்கள் ஒருவருக்கொருவர் ஒத்துழைத்துக் கொண்டனர். உதாரணமாக, திருச்சி கலெக்டர் தனது மாவட்டத்திலிருந்து ஓடிப்போன 15 பள்ளர்களை திருப்பி அனுப்புமாறு சேலம் கலெக்டரைக் கேட்டுக்கொண்டு கடிதம் எழுதினார். தஞ்சாவூரிலிருந்த பிரிட்டிஷ் பிரதிநிதிக்கும் இதுபோன்ற கடிதம் எழுதினார். 1830ல் திருச்சி கலெக்டர் என்.எஸ். கேமரோன் தனது மாவட்டத்தைச் சார்ந்த ஒரு பிராமண நிலப்பிரபுவிடமிருந்து ஓடிப்போன 10 பள்ளர்களைத் திருப்பி அனுப்புமாறு சேலம் கலெக்டருக்கு கடிதம் எழுதினார்" என்று கூறுகிறார் வரலாற்றுப் பேராசிரியர் சி.பரமார்த்தலிங்கம்.

அடிமை நிலையில் இருத்தப்பட்டிருந்த சண்டாளர்கள் எனப்பட்ட தாழ்த்தப்பட்ட மக்களுக்கு 1843ம் ஆண்டின் அடிமை ஒழிப்புச் சட்டம் V மற்றும் 1861ம் ஆண்டின் இண்டியன் பீனல் கோடு சட்டம் XLV ஆகியவற்றின் மூலம் சட்டபூர்வ விடுதலை கிடைத்தது என்றாலும் நடைமுறையில் அவர்களுக்கு விடுதலை கிட்டவில்லை. சமூக ரீதியில் அவர்கள் தொடர்ந்து அடிமைகளாகவே நடத்தப்பட்டனர். 1871ம் ஆண்டின் மக்கள் தொகை கணக்கெடுப்பு அறிக்கை கூறியது - பரம்பரை அடிமை முறை எனும் நுகத்தடியிலிருந்து அதனால் எழுந்த சட்டபூர்வ தொல்லைகளிலிருந்து ஒரு சமூகம் என்ற முறையில் அவர்களை (அடிமைகளை) பிரிட்டிஷ் நிர்வாகம் விடுதலை செய்திருந்தாலும் சமூக அடுக்கில் அவர்கள் இன்னும் படுபாதாளத்திலேயே இருந்தனர். பொதுப் பிரயாணிகள் படகுகளில் ஒரு பறையர் தனது முகத்தைக் காண்பித்துவிட முடியாது. அரசுப் பள்ளிகள் மற்றும் பொது மக்கள் நிதி உதவியோடு நடக்கிற பள்ளிகளிலும் இதே நிலைதான்".

மனுதர்மமானது செல்லரித்த ஏடுகளிலே இருந்த மந்திரமல்ல; இந்த நாட்டிலே நடைமுறையிலே இருந்த சட்ட விதி. இதனை இந்த அறிக்கை தெளிவாக நிரூபிக்கிறது.

18ம் நூற்றாண்டின் இறுதியில் அபேதுபே (Abbe Dubois) என்கிற பிரெஞ்சுக்காரர் இந்தியாவிற்கு வந்தார். இங்கே - குறிப்பாக தென்னிந்தியாவில் - சுமார் 30 ஆண்டுகள் தங்கியிருந்து இந்த மக்களின் பழக்கவழக்கங்களை ஆராய்ந்தார். இதன் விளைவாக "இந்திய மக்கள்" என்கிற நூலினை பிரெஞ்சு மொழியில் 1806ல் எழுதி முடித்தார். இது ஆங்கிலத்தில் மொழிபெயர்க்கப்பட்டு 1820ல் வெளிவந்தது. அன்றைய "தமிழ் கூறும் நல்லுலகம்" எப்படி இருந்தது என்பதை மேலும் நன்கு அறிந்துகொள்ள இந்த நூலிலிருந்து சில பகுதிகள் இங்கே தரப்படுகின்றன.

1. "நான்கு பிரதானப் பிரிவுகளில் சூத்திரர்களே அதாவது விவசாயிகளே எண்ணிக்கையில் அதிகமாக இருந்தனர். பறையர்களையும் சேர்த்துப் பார்த்தால் இந்திய மக்கள் தொகையில் இவர்கள் குறைந்தபட்சம் ஆறில் ஐந்து பங்கு இருப்பர்".

2. "நிறைய உபசாதிகளைக் கொண்ட பகுதியாக தமிழ் பேசும் பகுதி எனக்குட்பட்டது. அவ்வளவு உபசாதிகளை தக்காணத்தில்கூட நான் பார்க்கவில்லை. மைசூரிலும் மலபார் கடற்கரைப் பகுதியிலும்கூட இல்லை".

3. "முதல் சட்ட நிபுணர்களால் நான்கு பிரிவுகளாகப் பிரிக்கப்பட்ட இந்துக்களில் உயர்ந்த இடத்தை வகித்தவர்கள் பிராமணர்களே. அடுத்து ராஜாக்கள். யார் உயர்ந்தவர்கள் என்பதில் விவசாயிகளான சூத்திரர்களுக்கும், வியாபாரிகளாகிய வைஸ்யர்களுக்கும் இடையே போட்டி இருந்தது".

4. "இந்து சாதிகளில் பெரும்பாலானவை இடங்கைப் பிரிவிலோ அல்லது வலங்கைப் பிரிவிலோ அடக்கம். இடங்கைப் பிரிவில் அனைத்து வைஸ்யர்களும் பாஞ்சாவர் எனப்பட்ட ஐந்து கைவினைஞர் சாதிகளும் மற்றும் சூத்திரர்களில் மிகவும் கீழ்நிலைப்பட்டவர்களும் இருந்தனர். இதில் சக்கிலியர் எனப்பட்ட சாதிகளிலேயே மிகக் கீழாகக் கருதுப்பட்ட சாதியும் இருந்தது. வலங்கைப் பிரிவில்

சூத்திரர்களில் உயர்ந்த பிரிவினர் இருந்தனர். பறையர்கள் இவர்களின் வலுவான முன்னணிப் படையாக விளங்கினர். அவர்களுக்கு வலங்கை மாந்தர் எனும் பட்டப்பெயர் இருந்ததிலிருந்தே இதனைப் புரிந்துகொள்ளலாம். இந்த இரு பிரிவுகளுக்கிடையே கடும் பகைமை இருந்து வந்தது. இரு பிரிவுகளுக்கிடையே ஏற்படும் மோதல் பெரும் அச்சத்தையும், கடுமையான துன்பத்தையும் உருவாக்கி வந்தது. பிராமணர்கள், சத்திரியர்கள் மற்றும் சூத்திரர்களில் பல பிரிவுகள் நடுநிலையாளர்களாகக் கருதப்பட்டனர். இரண்டு வகைப்பிரிவினர்களுக்கும் விதிக்கப்பட்டிருந்த அனைத்து உரிமைகளையும் அந்தஸ்துகளையும் இவர்கள் அனுபவித்தனர். அதே நேரத்தில் இவர்கள் இந்த இரண்டு வகைப்பிரிவுகள் எதிலும் சேராதிருந்தனர். இரண்டு கைப்பிரிவுகளுக்குமிடையே கடும் மோதல் எழுந்தபோது மத்தியஸ்தம் செய்து வைக்க இந்த நடுநிலை சாதியினர் அழைக்கப்பட்டனர்".

5. நான் கண்ணாரக் கண்ட ஒரு காட்சியை விவரிக்கிறேன். பறையர்களுக்கும், சக்கிலியர்களுக்குமிடையே ஏற்பட்ட மோதலினால் அந்த மாவட்டம் முழுவதிலுமே பெரும் பதட்டமும், பயங்கரமும் நிலவியது. மராட்டிய ராணுவம் படையெடுத்து வருவதுபோல பயந்துகொண்டு மக்கள் தத்தம் கிராமங்களை விட்டு வெளியேறினர். மோதலுக்குக் காரணம் என்னவென்றால், திருவிழா ஒன்றில் சக்கிலியர் ஒருவர் தனது தலைப்பாகையில் சிவப்புப்பூ வைத்திருந்தார் என்பதே. அந்த நிறப்பூவை வைத்துக்கொள்ள அவர்களுக்கு உரிமை இல்லை என்பதுதான் பறையர்களின் வாதம்".

பிரெஞ்சுக் காலனியாக இருந்த புதுச்சேரியில் 18ம் நூற்றாண்டில் துபாஷியாக(மொழிபெயர்ப்பாளராக)ப் பணியாற்றிய ஆனந்தரங்க பிள்ளை எழுதி வைத்துச் சென்றுள்ள நாட்குறிப்புகளிலும் இந்த இடங்கை - வலங்கை மோதல் பற்றிச் சொல்லப்பட்டுள்ளது.

மொத்தத் தமிழ் மக்களும் சாதிவாரியாகப் பிரிக்கப்பட்டிருந்தது மட்டுமல்ல, முதல் இரண்டு வருணத்தவரே சகல அந்தஸ்துகளையும், அதிகாரங்களையும் உடையவர்களாக இருந்தனர் என்பது மட்டுமல்ல, வைசியர்கள் - சூத்திரர்கள் - சண்டாளர்கள் ஆகியோர் இடங்கை, வலங்கை என இரு பெரும் பிரிவுகளாகப் பிளவுபட்டு மோதிக்கொண்டிருந்தனர். அப்படி இருக்கும்படி செய்யப்பட்டிருந்தனர். அதில் குறுக்கிடவும் மத்தியஸ்தர்களாக

முதல் இரண்டு வருணத்தவர் இருந்தனர். பிரமிட் வடிவிலான இந்த வர்ணாஸ்ரம அமைப்பைக் குலைக்க முனைவோர்க்கு கடும் தண்டனை தருகிறது மனுநீதி.

1. "ஒரு புரோகிதரின் மனைவியுடன் கள்ள உறவு கொண்ட அடிமைக்குத் தண்டனை மரணம்" *(VIII 359)*.
2. "உறவினர் பாதுகாப்பில் இருக்கும் இரு பிறப்பாளர் வகுப்பைச் சேர்ந்த ஒரு பெண்ணுடன் தாழ்ந்த வர்ணத்தான் கள்ள உறவு கொண்டிருந்தால் அவனுக்குத் தண்டனை அவன் மர்ம உறுப்பை அறுக்க வேண்டியது; (உறவினர்) பாதுகாப்பில் இல்லாத ஒரு பெண்ணுடன் அவன் உறவு கொண்டிருந்தால் அதற்குத் தண்டனை அவன் உறுப்புக்களையெல்லாம் வெட்டுவதோடு அவன் சொத்தையும் பறிமுதல் செய்ய வேண்டும்" *(VIII 374)*.

வர்ணங்களின் பரம்பரைத் தூய்மையைப் பாதுகாப்பதற்காக வகுக்கப்பட்ட இந்த தண்டனைகள் கற்பனைக் கதையல்ல; அல்லது ஒரு வெறியனின் வெறும் விருப்பங்களுமல்ல. அவையே வாழ்க்கைச் சட்டங்கள். சிற்சில மாறுதல்களுடன் மனுநீதியே 19ம் நூற்றாண்டின் தொடக்கத்திலும் வாழ்க்கை நியதியாக இங்கே இருந்திருக்கிறது. இன்னும் ஆதாரம் தருகிறார் அபே துபே:

1. ஒரு பறையர் தனது சொந்த சாதியை மறைத்து பிராமணர்களோடோ அல்லது சூத்திரர்களோடோ பழகினால், அவர்களோடு சேர்ந்து உணவு உண்டால், அவர்களது உணவைத் தொட்டால் அவரது உயிர் பறிபோகக்கூடிய ஆபத்து உண்டு. விஷயம் தெரிய வந்தால் அந்த இடத்திலேயே கொலை செய்யப்படுவார். ஆனால், இப்படிக் கொலை செய்வது என்பது நிதானமான விசாரணைக்குப் பிறகு தரப்படுகிற தண்டனை என்றில்லாமல் பொதுவாக உயர் சாதி உயர்விலிருந்து அந்த நேரத்தில் வெளிப்பட்ட வெறியினால் செய்யப்படுகிற செயலாக இருக்கும். யூதர்களின் வரலாற்றிலும் இத்தகைய சில உதாரணங்கள் உண்டு. சில சாதிகளில் சில விஷயங்களுக்கு இப்படிப்பட்ட மரண தண்டனை உண்டு என்றாலும் அது அபூர்வமாகத்தான் பின்பற்றப்படும். மாறாக அவமானப்படுத்தப்படும் தண்டனைகளே அதிகம் தரப்படும். உதாரணமாக, பெண்களின் தலைகளை மொட்டையடித்தல் போன்றவை.

சில நேரங்களில் குற்றவாளிகளின் தலைகளில் மண் வாளி வைக்கப்பட்டு பல மணிநேரம் சாதித்தலைவரின் முன்னால் நிறுத்தப்படுவர். சில நேரங்களில் கழுதை மீது உட்கார வைக்கப்பட்டு அதன் வாலோடு குற்றவாளியின் முகம் கட்டப்படும். சில நேரங்களில் முகத்தில் சாணியைப் பூசி விடுவார்கள். பூணூல் அணிய உரிமை உள்ள சாதியினர் என்றால் அவரின் பூனூலை அறுத்து விடுவார்கள். சில நேரங்களில் சாதிப் பிரஷ்டம் செய்வார்கள் அல்லது அவமானப்படுத்துலைக் குறிக்கும் முத்திரை பதிப்பார்கள்.

2. “அனைத்து வகை தண்டனைகளிலும் ஓர் இந்துவுக்கு மிக மோசமான தண்டனையாக இருப்பது சாதிப் பிரஷ்டமே. இந்தப் பரிதாபத்திற்குரிய பிறவி தனது சக ஜீவராசிகளுடன் எவ்விதத் தொடர்பும் கொள்ளமுடியாது. இந்த உலகத்தைப் பொறுத்தவரை அவன் செத்தவனே. அவன் மனித சமுதாயத்திலேயே இல்லை. தனது சாதியை இழப்பதன் மூலம் ஓர் இந்து தனது நண்பர்களை, சொந்தங்களை, பல நேரங்களில் மனைவியையும், குழந்தையையும்கூட இழக்கின்றான். இவனின் துயரத்தில் பங்கு கொள்வதைவிட இவனை இழக்கவே அவர்கள் தயாராவார்கள். இவனோடு யாரும் உண்ணமாட்டார்கள். இவனுக்கு ஒரு சொட்டு தண்ணீர்கூடத் தரமாட்டார்கள். இவனின் பெண்களுக்குத் திருமணம் நடக்காது. மகன்களுக்கு மணமகள்கள் கிடைக்க மாட்டார்கள். அவன் எங்கே போனாலும் சாதி கெட்டவன் என்று தூற்றப்படுவான். எந்த இடத்தில் செத்தானோ அங்கேயே அவனது பிணம் அழுகி நாற வேண்டியதுதான்”.

3. “தனது சொந்த சாதியை இழந்தவன் அதனினும் கீழ்ப்பட்ட சாதியாக மாறினால் அவனது துன்பம் குறைவாக இருக்கும். ஆனால் அதற்கு வழி இல்லை. சாதி கெட்ட பிராமணனுக்கு சூத்திரன்கூடப் பெண் தரமாட்டான். தனது சொந்த சாதியில் மீண்டும் சேர்ப்பிக்கப்படாவிட்டால் மிக இழிந்த சாதியாகிய பறையர்களுடன் அல்லது அவர்களுக்கு சமமானவர்களுடன் அவன் கலக்க வேண்டியதுதான்”.

தாங்கள் போட்ட வேலி தங்களுக்கே விலங்காகப் போய் அதிலிருந்து மீள முடியாமல் தமிழ்ச் சமுதாயம் தத்தளித்துக் கொண்டிருந்திருக்கிறது. பல நூறு ஆண்டுகளாக இந்த நிலை. அவனுக்கு மொழி, இனம் என்பதைவிட சாதியே சமூக

அடையாளமாக இருந்திருக்கிறது. மந்தையாக வாழும் குணமுள்ளவன்தான் மனிதன். இங்கே அந்த மந்தை என்பது சாதி வட்டத்தைத் தாண்டவில்லை. சாதி எனும் கூண்டே தனது பாதுகாப்பு வளையம் என அவன் நினைத்திருந்தான். உண்மையில் அது முழுச் சமுதாயத்தையும் கிணற்றுத் தவளையாக ஆக்கியிருந்தது. அதிலும் கீழ்சாதிக்காரர்களை சுயமரியாதையற்றவர்களாக ஆக்கியிருந்தது.

மனுநீதி - மாதர்களுக்கு அநீதி!

வருண அடிப்படையில் மனிதர்களைப் பிளவுபடுத்தியது மட்டுமல்ல, அதற்குள்ளே பால் அடிப்படையிலும் ஓரவஞ்சனை காட்டியது மனுநீதி. அதன் நோக்கம் இரட்டைத் தன்மை வாய்ந்தது. சூத்திரர்கள் - சண்டாளர்கள் எனப்பட்ட உழைப்பாளி மக்களைச் சுரண்டுவது ஒரு நோக்கம் என்றால், அனைத்து வருணங்களிலுள்ள மாதர்களை ஒடுக்கி சமூக - பொருளாதாரச் சுரண்டலை நடத்துவது இன்னொரு நோக்கமாகும். வேறு வார்த்தைகளில் கூறினால் உயர்சாதி ஆதிக்கமும், ஆணாதிக்கமும் இணைந்த ஒரு சுரண்டல் அமைப்பே வர்ணாஸ்ரமம். அதன் சட்டத் தொகுதியான மனுநீதி மாதர்கள் பற்றி கீழ் வருமாறு கூறுகிறது:

1. "அனைத்து (நான்கு) சமூகப் பிரிவுகளைச் சார்ந்த மாதர்களின் கடமைகள் பற்றி இனி நான் கூறப்போவதைக் கேளுங்கள்."
2. "ஓர் இளம்பெண் அல்லது ஒரு வேலைக்காரி அல்லது ஒரு முதிய பெண்மணி எவராயினும்தானே சுயேச்சையாக எதையும் செய்யக்கூடாது"*(V 147)*.
3. "குழந்தைப் பருவத்தில் தந்தையின் கட்டுப்பாட்டிலும், இளமையில் கணவனின் கட்டுப்பாட்டிலும், கணவனின் மரணத்திற்குப் பிறகு முதிர்ந்த வயதில் மகனின் கட்டுப்பாட்டிலும் அவள் இருக்கட்டும். எந்தச் சூழ்நிலையிலும் ஒரு பெண் சுயேச்சையான நிலைபாட்டை எடுத்துவிடக்கூடாது"*(V 148)*.
4. "கணவன் மூடனாக, அயோக்கியனாக, ஆண்மையற்றவனாக இருந்தாலும் கற்புடைய மனைவி அவனை ஒரு தெய்வமாகக் கருதி சேவை செய்ய வேண்டும்"*(V 154)*.

5. *"தனது பிரபுவின் (கணவனின்) மரணத்திற்குப் பிறகு புனிதமான மலர்கள், கூழ், கனிகள் ஆகியவற்றை மட்டும் உண்டு தனது உணர்ச்சிகளை அடக்கியாள வேண்டும். இன்னொரு ஆண் மகனின் பெயரைக் கனவிலும் நினைக்கக்கூடாது"(V 157).*

6. *"இறந்த மனைவியை இந்தப்படியாகத் தகனம் செய்திட்ட கணவன் இரண்டாவது மனைவி ஒருத்தியை திருமணம் செய்து கொள்வார் அல்லது யாகங்கள் நடத்துவதில் தனது மீதி நாளைக் கழிப்பார்"(V 168).*

7. *"முன்பு கூறப்பட்ட விதிகளுக்கு ஏற்ப தினசரி செய்யப்பட வேண்டிய ஐந்து சடங்குகளை ஒரு கிரகஸ்தர் கைவிட்டுவிடக் கூடாது. தனது வாழ்வின் இரண்டாம் பகுதியிலும் அவர் திருமணவராகவே இல்லத்தில் வசிக்க வேண்டும்"(V 168).*

8. *"வேதங்களுக்கும் பெண்களுக்கும் எந்தச் சம்பந்தமும் இல்லை"(V18).*

9. *பூணூல் அணிவது தவிர்த்த ஏனைய சடங்குகளையே உரிய வயதில் உரிய முறையில் பெண்களுக்குச் செய்ய வேண்டும். அந்தச் சடங்குகளின்போதும் வேதமந்திரங்களை உச்சரிக்கக்கூடாது"(II 66).*

முதன் மூன்று வருணத்தவர் சூத்திரர்கள் - சண்டாளர்களை மட்டுமல்ல, தங்கள் வருணத்து மாதர்களையும் அடிமைகள் போலவே நடத்தியிருக்கிறார்கள். அவர்களுக்கு பூணூல் அணிவிக்கிற உபநயனச் சடங்குகள் இல்லை. கல்வி இல்லை, சுயேச்சையான வாழ்வு இல்லை, கணவனின் மரணத்திற்குப் பிறகு மறுமண உரிமை இல்லை. கணவனே அவளுக்கு சகலமும் அதே .நேரத்தில் அந்தக் கணவன் மறுமணம் செய்துகொள்ளலாம். செய்துகொள்ள வேண்டும் - இதுதான் மனுநீதி. சாதி விஷயத்தைப்போலவே இதுவும் வெறும் ஏட்டுச்சுரக்காய் அல்ல; வாழ்க்கை நடப்பாக 19ம் நூற்றாண்டின் துவக்கத்திலும் இருந்து வந்தது. அபே துபே நூலில் இதற்கும் ஆதாரங்கள் உள்ளன.

1. *"எந்த சாதிகளில் திருமண உறவுகளுக்கு கறாரான விதி முறைகள் உண்டோ, மனைவிமார்கள் (பிற ஆடவர்களிடமிருந்து) மிகவும் ஒதுங்கி வாழ்கிறார்களோ, அவர்களின் தவறுகளுக்கு கடும் தண்டனை தரப்படுகிறதோ,*

தங்களின் பழக்கவழக்கங்களையும், அந்தஸ்துகளையும் கண்டிப்பாகக் கடைப்பிடித்து வருகின்றார்களோ - அந்தச் சாதிகளே மிகவும் உயர்ந்த சாதிகளாகக் கருதப்பட்டன".

2. "சூத்திரர்களில் விதவைகளுக்கு மறுமணம் அனுமதிக்கிற சாதிகள் சூத்திரர்களிலும் கேவலமாகக் கருதப்பட்டனர்; கடும் வெறுப்புக்கு ஆளாயினர். பறையர்களைத் தவிர வேறு எவரும் விதவை மறுமணங்களை வெளிப்படையாகக் கொண்டாவதாகவோ, அதற்குச் சாதியச் சம்மதம் வழங்கப்பட்டதாகவோ என்னால் கூற முடியவில்லை".

3. "பெண்கள் என்றாலே இளக்காரமாக நினைத்ததால் அவர்களின் கல்வி முழுமையாகப் புறக்கணிக்கப்பட்டது. தேவதாசிகள் மற்றும் பொது மகளிர்கள் போன்ற அடக்கமில்லாத பெண்களுக்கு மட்டுமே கல்வி, சங்கீதம், நடனம் போன்றவை கற்றுக்கொடுக்கப்பட்டன. அடக்கமான குடும்பப் பெண் யாரேனும் கொஞ்ச நஞ்சம் படிக்கத் தெரிந்திருந்தால் கல்வியே கெட்டுப்போய்விட்டதாகக் கருதப்பட்டது. அவமானத்திற்குப் பயந்து அந்தப் பெண்ணே அதை மறைத்து விடுவாள்".

கறாரான திருமண உறவுகளையும், பெண்களுக்கு கடுமையான கட்டுதிட்டங்களையும் கொண்ட சாதிகளே உயர்ந்த சாதிகளாக மதிக்கப்பட்டன என்று அபே துபே கூறியுள்ள கருத்து ஆழ்ந்து சிந்திக்கத்தக்கது. இப்பொழுதும்கூட அறுத்துக் கட்டுகிற சாதி என்று கேவலத் தொனியோடு குறிப்பிடுவதைக் கேட்கிறோம், உயர்ந்த சாதியினர் தங்களது பெண்களுக்கு இவ்வளவு கட்டுப்பாடுகளை விதித்தது என்பது பொதுவான ஆணாதிக்க நோக்கத்தோடு, தங்களது சாதியின் பரம்பரை ரத்தத் தூய்மையைப் பாதுகாக்கிற நோக்கமும் கொண்டது என்பது தெளிவாகிறது. இதன் காரணமாகவே தாழ்த்தப்பட்ட மக்கள் மத்தியில் பொதுவான ஆணாதிக்க மனோபாவம் நிலவினாலும் திருமண விஷயங்களில் இவ்வளவு கறார் தன்மையை கடைப்பிடிக்கவில்லை. ஏற்கெனவே ஒடுக்கப்பட்டு அடிமட்டத்தில் கிடக்கும் சாதி என்பதால் அவர்கள் பரம்பரைத் தூய்மை பற்றிக் கவலைப்படவில்லை. அது அவர்களது பெண்களுக்கு ஓரளவுக்கு உபகாரம் செய்திருக்கிறது - குறிப்பாக திருமண விஷயத்தில். ஆனால் கல்வியைப் பொறுத்தவரை ஆண்களது நிலையே மோசமென்றால் இவர்கள் நிலை படுமோசம் என்பதை மனதில் கொண்டிட வேண்டும்.

உயர்சாதிப் பெண்களைப் பொறுத்தவரையில் தாங்கள் உயர் சாதியினர் என்கிற வெற்றுப்பெருமையைத் தவிர வேறு ஏதுமில்லை. சொல்லப் போனால், அந்தப் பெருமைக்காக அவர்கள் தங்களையே அழித்துக்கொள்ள வேண்டியிருந்தது. தமிழகப் பெண்களுக்கு இழைக்கப்பட்ட கொடுமைகள் அனர்த்தம் என்றால் அதன் உச்சம் 'சதி' என்கிற, உடன்கட்டை ஏறலில் இருந்தது. இது பற்றியும் அபே துபே தனது நூலில் குறிப்பிட்டுள்ளார். "கணவர்களின் பிரேதங்களுடன் உயிரோடு எரிந்து போகிற பழக்கத்தை பிராமணப் பெண்கள் கைவிட்டு விட்டார்கள். இதர சாதிகளுக்கும், உடல் வலியைத் தாங்கக்கூடிய பலருக்குமாக இந்தப் பழக்கம் ஆகிவிட்டது. கிட்டத்தட்ட இந்தப் பழக்கம் ராஜாக்கள் என்கிற பகுதியினருக்கே என்று ஆகியுள்ளது" என அவர் கூறியதிலிருந்து உயர்சாதியினர் அனைவரிடமும் இந்தக் கொடுமை இருந்து வந்திருப்பது தெளிவாகிறது. 19ம் நூற்றாண்டின் ஆரம்பத்தில் இது பெரும்பாலும் குறுநில மன்னர்களது குடும்பங்களில் நிகழ்ந்திருக்கிறது. அதே நேரத்தில் வைஸ்யர்களிடமும் இது நிலவியிருக்கும்.

அபே துபே எழுதியுள்ள நூலின் அத்தியாயம். அன்றைய தமிழ்ச் சமுதாயத்தில் நிலவிய இந்த அவக்கேட்டிற்கான ஆதாரமாக இருக்கிறது. அதில் தான் நேரடியாகக் கண்ட ஓர், உடன்கட்டை ஏறும் கொடூரத்தை சித்தரித்திருக்கிறார். அது 1794ல் தஞ்சைப் பகுதியில் உள்ள புதுப்பேட்டை எனும் கிராமத்தில் நடந்தது. இதில் எரிந்த பெண்மணி முப்பது வயதே நிரம்பிய கோமுட்டி என்கிற வணிக வகுப்பைச் சேர்ந்தவள். அதற்குப்பின் 1800ல் தஞ்சாவூர் ராஜாவின் மரணத்தையொட்டி அவரின் நான்கு ராணிகளில் இரண்டு பேர் உடன்கட்டை ஏறியதை - இதற்கென அனுப்பப்பட்ட ஒருவரின் வாக்குமூலத்தைக்கொண்டு சித்தரிக்கிறார்.

இதைப் படிக்கிற எவருக்கும் இப்படியுமா மனிதர்கள் இரக்கமில்லாமல் நடந்திருப்பார்கள் என நெஞ்சினுள் அதிர்ச்சி அலைகள் எழும். தாய்மார்களை நாம் படுத்திய பாடு கொஞ்சநஞ்சமல்ல என்பது புரிபடும். இதற்கெல்லாம் என்றைக்குப் பிராயச்சித்தம் செய்யப்போகிறோம் என்று தோன்றும்.

மொத்தத்தில் 19ம் நூற்றாண்டு பிறந்த வேளையில் தமிழகத்தில் வர்ணாஸ்ரமமானது பல உள்சாதிகளாகக் கிளைகள் விட்டிருந்தாலும் அடிப்படையில் மனுநீதியே வாழ்க்கை நியதியாக இருந்தது. இதன் பொருள் சாதிய ஆதிக்கமும் - ஆணாதிக்கமும் சமுதாய விதிகளாக

இருந்தன என்பதாகும். இன்னொரு புறம் அரசியல் துறையில் பிரிட்டிஷ் ஏகாதிபத்தியம் வேரூன்றியிருந்தது. இதன் விளைவாய் முதலாளித்துவ ஜனநாயகம், முதலாளித்துவ உற்பத்தி முறை என்பவை அறிமுகமாகிக் கொண்டிருந்தன. இந்தச் சூழலில் கிறிஸ்தவ போதகர்கள் களத்தில் இறங்கினர்; இவ்வாறு கூறப்பட்டுள்ளது.

ஆரியர்களை தொடர்ந்து பல பிரிவினர் இந்தியாவுக்குள் வந்ததாக வரலாறு கூறுகிறது. குப்தர்கள், குஷாணர்கள், ஹுனர்கள் வந்து இங்கு கலந்ததாக அறிகிறோம்.

இன்றைய கட்டத்தில் எல்லாம் கலப்பினமாக மாறிவிட்ட. தூய ஆரிய பிராமணர் என்பது இல்லை. ஆனால் பிராமணிய தத்துவ மேலாதிக்கம் இந்து மதத்துக்குள் வலுவாக உள்ளது.

உலகம் முழுவதும் இவ்வாறுதான் நடைபெற்றுள்ளது. பல்வேறு இசைக்குழுக்கள் ஒன்றுடன் ஒன்று மோதி ஒன்றை மற்றொன்று ஆதிக்கம் செய்துள்ளன என்பதைப் பார்க்கிறோம். ஆனால் ஒரு மதத்துக்குள்ளேயே வட இந்தியாவில் நடந்ததுபோல் வர்ணாசிரமம் ஜாதிய அடக்குமுறை ஆதிக்கம் கொண்டதாக எங்கும் காண முடியவில்லை. இதுதான் இன்றைய இந்து மதமாக உள்ளது.

அன்றைய அதே கால கட்டத்தில் தமிழகத்தில் திராவிட நாகரீகம் இருந்ததற்கான சான்றுகளை ஆய்வாளர்கள் கண்டு பிடித்துள்ளனர்.

தற்போதைய சிவகங்கை மாவட்டம் கீழடி அகழ்வாயில் இது நிரூபிக்கப்பட்டுள்ளது. தமிழ்நாட்டில் ஆதிச்சநல்லூர் போன்ற ஊர்களில் நடந்த அகழ்வாயில் இது கண்டுபிடிக்கப்பட்டுள்ளது.

*R.*பாலகிருஷ்ணன் *IAS* ஒரு முக்கியமான தொல்பொருள் ஆய்வாளர். இந்தியாவெங்கும் உலகமெங்கும் சுற்றி வருபவர் அவர் ஹரப்பா, மொகஞ்சதாரோ நாகரீகத்துக்கும் சங்க கால தமிழ்நாட்டுக்கும் தொடர்பு இருப்பதாக கூறுகிறார். திராவிட நாகரீகமும், ஹரப்பா, மொகஞ்சதாரோ நாகரீகமும் ஒரே புள்ளியில் இணைவதாக கூறுகிறார். அங்கு கோவில்கள் இல்லை. அங்கு அந்த மக்கள் தமிழ்மொழி பேசினார்களா என்பது பற்றி தாம் ஆராய்ந்து வருவதாகவும் விரைவில் அதற்கான ஆதாரங்களை நிறுவுவேன் என்று சமீபத்தில் கூறி இருக்கிறார். அன்றைய காலகட்டம் முதல் தமிழ்ச் சங்க காலம் என்கிறார் அவர்.

இதே விபரங்களை முன்வைத்து தமிழ்நாடு அரசின் உயர் அதிகாரி திரு. உதயசந்திரன் இதுபற்றி ஒரு ஆய்வுக்கருத்தரங்கம் ஒன்றில் உரையாற்றினார். தமிழ்த்தாயின் தவப்புதல்வர்கள் எனும் தலைப்பில் மின்னம்பலம் என்ற யூடியூப் சேனல் அதை ஒலிபரப்பியது. சுமார் முக்கால் மணிநேரம் ஆற்றிய அவர் உரையில் பல அறிய தரவுகளைத் தந்து பேசினார்.

சிந்து சமவெளி நாகரிகம் இன்றைய பாகிஸ்தான், ஆப்கானிஸ்தான் பகுதியில் இருந்தது. அதில் 2 லட்சம் ஊர்களில் கண்டெடுக்கப்பட்ட தொல்லியல் பொருட்கள் தென்னிந்தியாவின் 2037 கிராமங்களில் கண்டெடுக்கப்பட்டுள்ளது. அது எருமை மாடு, மண்பாண்டங்கள் குடம் ஆகியவையாகும். சிந்து சமவெளியில் இன்றும் இருக்கும் வண்ணிமரம். நமது மதுரை மீனாட்சி அம்மன் ஆலயத்தில் சொக்கநாதர் அங்கயர்கன்னி இருக்கும் இடத்தில் பல ஆண்டுகளாக இருக்கிறது என்றார்.

ஆக சிந்து சமவெளி நாகரிகத்தின் பல பொருள்கள் நமது கீழடி ஆதிச்சநல்லூர் வந்தவாசி ஆகிய பகுதியில் கண்டெடுக்கப்பட்டுள்ளது. நம்முடைய மூதாதையர்கள் ஆயிரக்கணக்கான ஆண்டுகள் பாரம்பரியம் கொண்டவர்கள் என்று கூறினார். பண்பாடு தமிழ்மொழி பற்றியும் அவர் பல விபரங்களை கூறினார். ஆரிய வைதீக பண்பாட்டுக்கு நேர் எதிரானது நமது தமிழ் பண்பாடு என்பது உண்மை. சுமார் 3500 ஆண்டுகள் 15பழமை வாய்ந்தது தமிழ் பொருனை நாகரீகம் என்பதும் அவர் கூறியவற்றிலிருந்து அறிந்து கொள்ள முடிந்தது. மிக சாதாரண மனிதர்கள் தான் நமது தொல்லியல் சான்றுகளை பாதுகாத்து வந்தனர் என்றார் அவர்.

1987ல் வெளிவந்த இந்தியாவின் வரலாறு இரண்டாம் பாகம் ஆசிரியர்கள் கே.அன்தோனவா கே. கத்தோஸ்கி ஆகியோர் தொண்மை இந்தியாவை அங்குலம் அங்குலமாக ஆய்வு செய்துள்ளதாக அறிய முடிகிறது. சுமார் 6 ஆயிரம் ஆண்டு கால தொல்லியல் வரலாறு ஆய்வு செய்து எழுதியுள்ளனர். மேற்கு ஐரோப்பாவைச் சேர்ந்தவர்கள் இவர்கள் உலக கருவூலத்திற்கு பண்பாட்டுத்தளத்தில் இந்தியாவின் பங்களிப்பு அதிகம் என்று கூறியுள்ளனர்.

பகவான் கிருஷ்ணர் பற்றி பலவிதமான விபரங்கள் தரப்பட்டுள்ளன. கிருஷ்ணரில் பல கிருஷ்ணர்கள் இருக்கிறார்கள். ஆதியிலுள்ள மாடுமேய்க்கும் யாதவ இனக்குழுவைச் சேர்ந்தவர்

மகாபாரதத்தில் வரும் கிருஷ்ணர் வேறு ஒருவர் ஆதிகால பூர்வகுடி கிருஷ்ணர் வேறு ஒருவர் ஆதிகால பூர்வகுடி கிருஷ்ணர் வேதாந்த காலகட்டத்தில் விஷ்ணுவின் அவதாரமாக்கப்படுகிறார். இவரே மனிதர்களில் நான்கு வர்ணத்தை படைத்ததாகவும் அவராலேயே அதை மாற்றமுடியாது என்று கூறப்படுகிறது. வேதகாலத்தில் கிருஷ்ணரை கடவுளாக்கி புனிதம் அளிக்கப்பட்டது. இதையே கோசாம்பி அவர்களும் கூறியுள்ளார்.

இங்கே ஒன்றை பார்க்க வேண்டும். எல்லா இனமும் கலப்பினமாக மாறிவிட்டது. தூய ஆரிய இனம் என்ற ஒன்று இப்போது இல்லை. ஆனால் பிராமணிய மேலாதிக்கம் இந்து மதத்தில் ஆழமாக வேரூன்றி உள்ளது. இது இந்து மதத்தில் உள்ள பெரும்பான்மையான மக்களை சாதி அடிப்படையில் பிரித்து வைத்து மேலாதிக்கம் செய்கிறது. இதுவே சமூக தளத்தில் பெரும் ஏற்றத்தாழ்வுகளை உருவாக்கி வைத்திருக்கிறது.

லோகாயுதம்

லோகாயுதம் உலகம் உடல், உயிர் இவைகள் உண்மையானது ஆன்மாவும் இறைவனும் பொய் என்பது இதன் கருத்து. எல்லாம் மாறி மாறித் தோன்றுவது அதன் சுபாவம். உலகம் மட்டுமே உள்ளதாகில் உலகாயுதம் என்பது இதன் கருத்து. இதை ஆக்கியவர் சார்வாகர் என்பவர்.

சமணம்

கடவுள் வேண்டாமென்கிறது மனிதனை கடவுள் நிலைக்கு உயர்த்துகிறது. கி.மு.599ல் தோன்றிய வர்த்தமானர் மகாவீரர் என அறியப்படுகிறது. இவருக்கு முன்னே இந்தத் தத்துவத்தில் பலர் ஈடுபாடு கொண்டிருந்ததாகவும் அதன் வழிவந்தவரே மகாவீரர் என்கிறார் நூலாசிரியர் லக்ஷ்மணன்.

பௌத்தம்

அன்றைய வேதாந்த மதத்தை எதிர்த்து (இன்றைய இந்து மதம்) வளர்ந்த மதம், கிமு 300 ஆண்டுகளுக்கு முன்பு தோன்றியது இதை தோற்றுவித்தவர் சித்தார்த்தர் என்னும் அரசர். ஞானம் பெற்றதால் புத்தர் ஆனார். துன்பத்திற்கு சொல்லும் தீர்வு, *"நற்காட்சி நற்கருத்து நல்வாய்மை, நற்செய்கை, நன்முயற்சி, நற்கொள்கை, நல்அமைதி மற்றும் எட்டுவழிகள். காமம், கொலைகள், பொய், களவு நான்கு*

உட்பட ஐவகை தவிர்த்தலும் இதில் அடங்கும். இது கடவுள் மறுப்பு சிந்தாந்தத்தை முன் வைக்கிறது. மனிதனை கடவுள் திசைக்கு உயர்த்துகிறது. அன்பே இன்ப ஊற்று, அன்பே உலக ஜோதி அன்பே உலக மகா சக்தி" என்றார்.

சாங்கியம்

வேத உபநிடதங்களை ஏற்றுக் கொள்ளும் பிரிவுகள் சாங்கியம் யோகம, நியாயம், வைஷேடிகம், வேதாந்தம் ஆகிய பலவும் அடங்கும். ஏற்காத பிரிவுகள் உவோகாயுதம், சமணம், பவுத்தம் இவை மூன்றும். இதை முறைப்படுத்தி வெளியிட்டவர் கபிலர் கி.பி.5ஆம் நூற்றாண்டு. சாங்கியம் என்ற சொல்லுக்கு பூரண அறிவு என்று பொருள்.

வைஷேடிகம்

ஒவ்வொரு அணுவும் தனித்தன்மையை, விஷேசத்தை உடையது மனமும் உண்மை, புறத்தே காணும் பொருளும் உண்மை என்பது வைஷேடிகர் கருத்து. ஓர் தத்துவத்தைப் பகுத்தி அதற்கு மகத்துவம் கொடுத்தால் அதற்கு வைஷேடிகம் என்னும் பெயர் ஏற்படலாயிற்று. இதை இயற்றியவர் கனாத முனிவர் எனப்படுவார்.

தொடர்ந்து பல தத்துவங்கள் பன்முகம் கொண்டவையாக இருந்து வந்துள்ளதை நாம் பார்க்க முடிகிறது. உதாரணமாக மீமாமசம், யோகம், நியாயம் போன்ற தத்துவங்களும் பலவிதமான கருத்துகளை முன்வைக்கின்றன. நியாயம் என்றால் நியமிப்பது அதாவது எதையும் தர்க்கம் செய்து முடிவைத் தேடுவது இதன் பொருள். இன்னும் பல தத்துவப் போக்குகளும் காணக்கிடக்கின்றன. ஆக, அன்றைய கட்டத்தில் இந்து மதம் என்ற ஒன்று இல்லை.

திருமூலர்

சைவம், வைணவம் போன்ற இரண்டு பிரிவுகள் தோன்றுகின்றன. சுமார் கி.பி. 6ஆம் நூற்றாண்டில் திருமூலர் தோன்றிர் என்று கூறப்பட்டுள்ளது. இவர் ஆலயங்களுக்குச் சென்று மக்கள் வழிபடுவதை ஏற்கவில்லை அவருடைய காலத்தில் ஆலயங்களில் சென்றால் புரோகிதர் துணை வேண்டும். இதை இவர் ஏற்கவில்லை. ஒன்றே குலம், ஒருவனே தேவன் என்பது இவர் தத்துவம்.

இவர் சைவப்பிள்ளை பிரிவைச் சேர்ந்தவர். தமிழ்நாட்டைச் சேர்ந்தவர். மனிதனுக்குள் கடவுளைக் காணலாம் என்கிறார் இவருடைய பாடல் ஒன்று இவ்வாறு கூறுகிறது.

உள்ளம் பெருங்கோயில்

ஊனுடம்பு ஆலயம்

வள்ளல் பிராணார்க்கு

வாய் கோபுரவாசல்

தேள்ளத் தேளிந்தார்க்கு

ஜீவன் சிவலிங்கம்

கள்ளப் புலனைய்ந்தும்

காளா மணிவிளக்கே என்கிறார்

இந்திய ஆன்மீக தத்துவ மரபு பன்முகம் கொண்டது என்பதற்கு ஏராளமான ஆதாரங்கள் கொட்டிக் கிடக்கின்றன. சைவம், வைணவம், கௌமாரம், கானபத்யம், ஆசீவகம் ஆகிய தத்துவ மரபுகளும் இதில் அடங்கும்.

அத்வைதம்

8ஆம் நூற்றாண்டில் கேரளாவில் உள்ள காலடியில் சங்கரர் தோன்றுகிறார். பௌத்த சமண மதங்களை எதிர்த்து வேதாந்தம் என்று அறியப்படுகிற பிரம்ம சூத்திரத்துக்கு புதிய விளக்கத்தைக் கொடுக்கிறார் சங்கரர். உலகில் காண்பது எல்லாம் மாயை, எல்லாமே பொய், பிரம்மம் ஒன்றுதான் உண்மை என்றார். அதை அடைவதற்கு ஞானத்தால் தான் முடியும் என்கிறார். உயர்நிலைக் கோட்பாடு இது அத்வைதம் எனப்படுகிறது.

ராமானுஜர்

இவரைத் தொடர்ந்து வந்த ராமானுஜர் வைணவத்தை முன்னெடுத்தவர். இவர் கி.பி. 1017ஆம் ஆண்டு பிறந்து 120 ஆண்டுகள் உயிர் வாழ்ந்தார் என்று வரலாறு சொல்கிறது. சென்னை ஸ்ரீ பெரும்புதூரில் வைணவக் குடும்பத்தில் பிறந்த இவர் வஷிஷ்டா துவைதம் என்ற கோட்பாட்டை முன்வைக்கிறார். இது சங்கரர் கூறியதற்கு எதிர்கருத்து கொண்டதாகும். உலகம் உண்மைதான். இறைவன் முன்னால் (நாராயணன்) எல்லா மக்களும் சமம் என்கிறார். நான்கு வர்ண வர்ணாசிரமக் கோட்பாட்டை உடைக்கிறார். திருகோஷ்டியூர் என்ற ஊரில்

அவருடைய குருநாதரிடம், ஞான உபதேசம் பெறுகிறார். அப்போது அவருடைய குருநாதர் நான் சொல்லும் வேத மந்திரத்தை நீ யாருக்கும் சொல்லக்கூடாது. அவ்வாறு செய்தால் உனக்கு சொர்க்கம் கிடைக்கும் என்று கூறுகிறார். இதை ஏற்க மறுத்த ராமானுஜர் என்னுடன் இருவர் இருக்கின்றனர். ஒருவர் தாழ்த்தப்பட்டவர், இன்னொருவர் கீழசாதிக்காரரர். இவர்கள் என் நண்பர்கள். அவர்களுக்கும் சேர்த்து சொல்ல வேண்டும். அவர்களும் சொர்க்கம் போக வேண்டுமென்று கேட்டுக் கொண்டார். இதற்கு இசைந்த குருநாதர் அவர்களுக்கும் வேத மந்திரத்தை ஓதுகிறார். இதை உள்வாங்கிக் கொண்ட ராமானுஜர் திருகோஷ்டீயூர் கோபுரம்மேல் ஏறி நின்று எல்லா மக்களையும் கூவி அழைத்து இந்த மந்திரத்தை சத்தம் போட்டு ஓதினார். இதைப் பார்த்த அவர் குருநாதர் உனக்கு நரகம்தான் கிடைக்கும் என்று சபிக்கிறார். இதற்கு ராமானுஜர் எனக்கு நரகம் கிடைத்தாலும் கீழ்சாதி மக்களெல்லாம் சொர்க்கம் போகட்டும் என்கிறார். இதைக் கேட்ட குருநாதர் ராமானுஜரின் இறைப்பற்றை, மக்கள் அனைவருக்கும் சொர்க்கம் கிடைக்க வேண்டுமென்ற பற்றை பாராட்டி மகிழ்ந்தார்.

அதுமட்டுமல்லாமல் கர்நாடக மாநிலத்தில் உள்ள நாராயணன் (விஷ்ணு) கோவிலுக்கு தலித் மக்களை அழைத்துக் சென்று ஆலயப் பிரவேசம் செய்கிறார். ராமானுஜரின் இந்த புரட்சிகரமான செயலைக்கண்ட மேல்சாதிய பிராமணர்கள் இவரைக் கொலை செய்ய முயற்சி செய்துள்ளனர். ஆனால் கீழ்சாதி மக்களால் அவர் காபாற்றப்பட்டு விடுகிறார். தனது இறுதிக் காலம் வரை ஆன்மீக சமத்துவத்துக்காகப் போராடியவர்.

மத்துவாச்சாரியர்

இவர் துவைத்தம் என்ற தத்துவத்தை முன்வைத்தவர் இவர். 13ஆம் நூற்றாண்டைச் சேர்ந்தவர். கர்நாடக மாநிலத்தைச் சேர்ந்தவர். 8ஆம் நூற்றாண்டு முதல் 13ஆம் நூற்றாண்டு வரை வேதாந்தத்திலேயே மூன்று தத்துவப் போக்குகள் உருவாகியிருக்கின்றன. அது அத்வைதம், வஷிஷ்டாதுவைதம், துவைதம் ஆகியன. இறைவன் ஒருவனே என்பது இதன் மையக் கருத்து. மத்துவாச்சாரியார் 80 ஆண்டுகள் வாழ்ந்திருக்கிறார். மாயாவாதத்தை இவர் ஏற்கவில்லை துவைதம் என்பது இவர் தத்துவம். உலகம் உண்மை, பிம்மமும் உண்மை. துவைதம் என்றால் இரண்டு என்று பொருள். பிரம்மத்தை அடைவதற்கு

பக்தி மட்டும் போதாது, தூய்மையான அறிவு வேண்டும் என்கிறார்.

ஐயா வைகுண்ட சுவாமிகள் இயக்கம்

அன்றைய கன்னியாகுமரி மாவட்டம் கேரள திருவிதாங்கூர் மன்னர் சமஸ்தானத்தின்கீழ் இயங்கி வந்தது. கிறிஸ்துவ மதத்தின் வருகை அங்கு பெரும் தாக்கத்தை ஏற்படுத்தி வந்தது. சூத்திரர்கள் சண்டாளர்கள் என்று அன்று வர்ணாசிரம தர்மம் என்ற பேரில் கடுமையாக ஒடுக்கப்பட்டிருந்தனர். தீண்டாமைக் கொடுமை தலைவிரித்தாடியது. சில கீழ்சாதிமக்கள் மேல்சாதியினர் கண் முன்னாலே வரக்கூடாது என்ற கொடுமை இருந்து வந்தன. பெண்கள் மார்புமேல் சேலை குறிப்பாக பட்டியலின மக்கள் அணியக்கூடாது என்ற கொடுமையும் நிலவி வந்தது. பல மக்கள் கிறிஸ்தவ மதத்திற்கு மாறினார்கள். அன்றைய நாடார் சமூகம் கணிசமானது. இந்தக் காலகட்டத்தில் 1809ல் கன்னியாகுமரிக்கு அருகில் சாமித்தோப்பு என்ற ஊரில் பிறந்தார் ஐயா வைகுண்டர். இந்து மதத்துக்குள்ளேயிருந்து வந்த அருந்தவப் புதல்வர் என்று சொல்ல முடியும் இவரை. சாதி பேதங்களை கடுமையாக எதிர்த்தார். ஒரு கிணறு வெட்டினார், அதில் உள்ள தண்ணீரில் எல்லா சாதியினரும் விழுந்து குளிக்கச் சொன்னார். இது ஒரு முக்கிய சீர்த்திருத்தம். ஒவ்வொருவரும் வாரத்தில் மூன்று நாள் துவையில் நோன்பு வைக்க வேண்டுமென்றார். மூன்று நாளும் மூன்று வேளை குளிக்க வேண்டும். பச்சரிசி? காய்கறி கலந்த உணவு அரைத்து துவையலாக மூன்று வேளை உண்ண வேண்டும். இது உடலையும் மனதையும் சுத்தப்படுத்தும் என்றார். ஒவ்வொருவரும் ஒரு அடையாளத்துடன் நெற்றியில் விபூதியிட்டு கண்ணாடி முன் அமர்ந்து உங்கள் உருவத்தைப் பார்த்து வணங்க வேண்டும். கண்ணாடியில் தெரியும் உங்கள் பிம்பம்தான் கடவுள் என்றார். இதனால் இவருக்கு செல்வாக்கு வளர்கிறது. மக்கள் இவரை விஷ்ணுவின் மறுவாதாரம் என்று கொண்டாடினர். மார்பு சேலை ஒழிப்புப் போராட்டத்துக்கு நாராயண குருவுக்கு முந்தைய ஆன்மீகப் போராளி என்று போற்றப்படுகிறார். இவருடைய மறைவுக்குப் பிறகு நாடார் குலப் பெண்களுக்கு தோல் சேலை அணியும் உரிமை 1865ல் வழங்கப்பட்டது. நாடார்கள் சமூகத்தையும் தாழ்ந்த சமூகத்தையும் மேல்தட்டு சனதானத்தை உடைத்து தனிப்பிரிவாக அமைக்க கோரினார். இந்த மக்களுக்கென்று ஒரு தனிக்கொடி உருவாக்கினார். அது அன்புக்கொடி என்றார்.

தமிழ்நாட்டில் முதல் சமூக சீர்திருத்தவாதி ஐயா வைகுண்டர் அவர்கள்.

நாராயண குரு

கடவுள் என்பதை ஒரு அழிவுசக்தியாக முன்வைக்காமல் பேரன்பு கொண்ட சாதி சமயமற்ற சமத்துவக் கோட்பாட்டை பலர் முன்வைக்கிறார்கள். அனைவரும் அன்பினால் ஒன்றுபட்டு வாழ்வதுதான் ஆன்மீகத்தின் உண்மையான கோட்பாடு என்று வலியுறுத்தி வந்தார். நாராயண குரு அவர்கள் 1854ல் கேரளாவில் உள்ள திருவனந்தபுரம் அருகிலுள்ள செம்பழநி என்ற கிராமத்தில் பிறந்தவர் நாராயணன் அவர் பெயர். பக்தர்கள் அவரை குருவாகக் கருதியதால் நாராயண குருவானார். ஏழ்மையான குடும்பம். ஈழவ சாதியில் பிறந்தவர். மேல்தட்டு பிராமணருக்கு பத்தடி தள்ளிதான் இந்த சாதியார் நிற்க்க வேண்டும். அப்போதைய கல்வி என்பது ஆன்மீக வேதக் கல்விதான். தொழில் செய்பவர். அவரவர் சாதித் தொழில் எதுவோ அதை அவரவர் சாதியிலேயே கற்றுக்கொள்ள வேண்டும். இவருக்கு வேதக்கல்வி அளித்தவர் ஒரு தமிழர். தைக்காடு ஐய்யாவு என்பவர். தமிழ் சிறப்பாக கற்றுக்கொண்டார். சமஸ்கிருதமும் கற்றுத் தேர்ந்தார். ஆனால் தமிழ் மிகச்சிறப்பாகக் கற்றதனால் திருக்குறளை மலையாளத்தில் மொழிபெயர்த்துள்ளார். அந்த அளவுக்கு தமிழில் ஆர்வம் உள்ளவராக இருந்துள்ளார். திருமூலரையும் படித்துள்ளார்.

23 வயதுக்குப் பிறகு வாழ்க்கையின் அர்த்தம் குறித்து தேடலில் வெளியேறி நீண்ட பயணம் மேற்கொள்கிறார். ஆறு ஆண்டுகள் கன்னியாகுமரி அருகிலுள்ள குகையில் தவம் புரிகிறார். புத்தர், சங்கரர், விவேகானந்தர் உட்பட பல ஞானிகள் இவ்வாறு மனிதனுக்கும் கடவுளுக்குமான உறவு என்ன அல்லது பிரபஞ்சத்துக்கும் உயிருக்குமான உறவு என்ன என்று தேடி தேடி அலைந்திருக்கின்றனர். அந்த வரிசையில்தான் நாராயண குருவும் உண்மையை தேடுகிறார். இந்தப் பிரபஞ்சம் என்பது ஒரு மகாசக்திப் அந்த மகாசக்திமுன் அனைவரும் ஒன்று என்று கண்டடைகிறார். எல்லா வேறுபாடுகளும் கடந்த பிரபஞ்சம் பரப்பிரம்மமாக இருக்கிறது. அது இயங்குசக்தியாக இருக்கிறது என்கிறார்.

'ஆத்ம உபதேச சாதகம்' என்ற நூலை எழுதியுள்ளார் ஆத்ம ஆனந்தத்தில், தான் மூழ்கியுள்ளதாகக் கூறுகிறார். சச்சிதானந்தம் என்பது இதன் பொருள். இவர் ஒரு சிவபக்தராக இருக்கிறார். கடவுள் இயற்கை குறித்த தேடலில் எல்லா ஞானிகளும் குகைகளிலும் மரத்தடியிலும் தனிமையில் தவம் செய்துள்ளனர் என்பதைப் பார்க்கிறோம். அந்த வரிசையில் நாராயண குருவும் ஒருவர்.

அப்போதைய கேரளாவில் சாதிக் கொடுமை, தீண்டாமைக் கொடுமை மிக அதிகமாக இருந்து இருக்கிறது. விவேகானந்தர் இதை நேரில் கண்டபோது கேரளா ஒரு பைத்தியக்காரர்கள் என்று கூறியுள்ளார் சாதாரண மக்கள் பல கீழ் சாதி மக்கள் கோவிலுக்குச் செல்லும் உரிமை மறுக்கப்பட்டு வந்தது வாழும் உரிமை கூட மறுக்கப்பட்டதாக அறிய முடிகிறது. இந்த கட்டத்தில் குகையில் தவம் செய்யும் நாராயண குருவை தரிசிக்க ஆவல் கொண்டு அவரை தவத்திலிருந்து எழச் செய்கின்றனர். அந்த ஊர் அறிவுபுரம் என்று அறிய முடிகிறது. அவரை அரு மகான் என்று எண்ணி தங்களுடைய குறைகளை அவரிடம் சொல்கின்றனர். வந்தவர்கள் அனைவரும் பட்டியலின மக்கள். நாங்கள் கோவிலுக்குச் சென்று சாமி கும்பிட வேண்டும், நிம்மதியாக வாழ வேண்டும், எங்களுக்கு நீங்கள்தான் வழிகாட்ட வேண்டுமென்கின்றனர். இதைக்கேட்ட அவர் கவலைப்படாதீர்கள். நான் உங்களுக்கு ஓர் கோயில் கட்டித்தருகிறேன். அதில் நீங்கள் எல்லோரும் வழிபடலாம் என்று கூறுகிறார். அங்கிருந்த ஆற்றங்கரை அருகில் ஒரு கோயில் கட்டி அது உள்ளே ஒரு சிவலிங்கம் வைத்து இவரே வேதம் ஓதி பிரதிஷ்டை செய்து மக்களை வழிபட வைக்கிறார் இதை சிலர் கேள்வி எழுப்பியபோது இது கீழ்சாதி சிவன். இங்கே யார் வேண்டுமானாலும் வந்து சாமி கும்பிடலாம். எந்த வேறுபாடும் இல்லை என்கிறார். இதை வெறும் வழிபாட்டுத்தலமாக மட்டுமல்லாமல் ஒரு கல்வி நிலையமாகவும் மாற்றுகிறார் பண்பாட்டு மேலாண்மையை தரக்கூடிய ஒரு மையமாகவும் இதைப் பார்க்கிறார் பிராமணர்கள் கோயிலைத்தான் பண்பாட்டு அதிகார மையமாகக் கையாள்கிறார்கள் என்று புரிந்துகொண்டு எதிர்வினை ஆற்றுகிறார். இது கேரளா முழுவதும் அதிர்வலைகளை ஏற்படுத்துகிறது. பிராமணர்கள், மேல்சாதியினர் மத்தியில் பெரும் கோபத்தை ஏற்படுத்துகிறது.

ஒரு பிராமணர் இவரிடம் வந்து என்ன திமிர் இருந்தால் எங்கள் சாதி சிவனை கீழ்சாதி கோயிலுக்குள் வைப்பீர் என்று இவரிடம் கேட்கிறார்.

இது உங்கள் சிவனல்ல, இவர் ஈழவ சிவன் என்று பதிலளிக்கிறார். ஒரு பொதுக் குளத்தில் குளிக்கிறார். அப்போது அவரை அடிக்க வந்த மேல்சாதிக்காரனைப் பார்த்து குளித்தாலே தீட்டு என்கிறீரே, இப்போது என்னை அடித்தாலும் தீட்டாகிவிடுமே? அதை எங்கே கொண்டுபோய் தொலைக்கப் போகிறீர்கள்? என்று கேட்கிறார். ஒரு அறிவுபூர்வமான அறிவுஜீவியாக வலம் வருகிறார் நாராயண குரு அவர்கள்.

சங்கரர் வடித்த அத்வைத தத்துவத்துக்கு புது விளக்கம் தந்து அதை சமத்துவத்துவக் கோட்பாட்டுக்குள் கொண்டுவருகிறார் நாராயண குரு. இந்த கோயில் போன்று கேரளாவில் பல பாகங்களில் கோயில்களை கட்டுகிறார். ஒடுக்கப்பட்ட சாதி மக்கள் அனைவரையும் ஓரணியில் திரட்டுகிறார். இது மேல்தட்டுப் பிரிவினரின் எதிர்ப்பையும் பெரும்பான்மையான கீழடுக்கு மக்களின் ஆதரவை பெறுகிறது. பத்மநாபன் என்ற மாணவன் இவரின் சீடராகி 1893ல் நாராயண பரிபால சபா என்ற அமைப்பை உருவாக்குகிறார். நாராயண குரு எல்லா நகரங்களுக்கும் சென்று வருகிறார். வழிபாட்டு முறை எப்படி இருக்க வேண்டும் என்பதற்கு வடிவம் தருகிறார். உலக ஆன்மீக பக்தர்களே அனைவரும் ஒன்றாக இருப்போம், ஒன்றாக வழிபடுவோம் என்று பிரகடனம் செய்கிறார். கலப்புத் திருமணங்களை நடத்தி வைக்கிறார். பெரிய சக சீர்திருத்தவாதியாக பரிணமிக்கிறார்.

இந்தக் கட்டத்தில் 1925ல் மகாத்மா காந்தி கேரளம் வருகிறார். இவரை சந்திக்க விருப்பம் கொள்கிறார். அவர் இருக்கிற இடம் சென்று அமர்ந்து உரையாடுகிறார். வர்ணாஸ்ரம தர்மம் இல்லாத தர்மம் ஒன்று இந்து மதத்தில் இருக்கிறதா என்று கேட்கிறார் காந்தி. முக்கியமான கேள்வி இது நாராயண குரு பதில் சொல்கிறார் எல்லா தர்மங்களுமே மாறி மாறி வரக்கூடியதுதான். ஒரு நிலையான சமூகம் இப்படித்தான் இருக்க வேண்டும் என்று சமய நூல்கள் எதிலும் குறிப்பிடப்படவில்லை என்கிறார். அப்படி ஒரு தர்மம் இருக்க முடியாது. காலத்தின் கட்டாயம் என்பது சாதி பேத மற்ற சமத்துவமான சமுதாயம் இருக்க வேண்டும். அதைத்தான் இந்து மதம் ஏற்றுக்கொள்ள வேண்டுமென்றும் வலியுறுத்துகிறார். இது காந்தியை ரொம்பவும் யோசிக்க

வைக்கிறது. இதன் விளைவாகத்தான் காந்தி தன்னுடைய நவ ஜீவன் என்ற பத்திரிகையின் பெயரை 'ஹரிஜன்' என்று மாற்றுகிறார். தாழ்த்தப்பட்ட மக்களுக்கான செயல்பாட்டுக்கு மேலும் விளக்கம் பெறுகிறார் காந்தி. அதேபோன்று கவி ரவீந்திரநாத் இவரை சந்திக்கிறார். ரொமென் ரோலர் என்னும் எழுத்தாளர் சிறந்த சமூக சீர்த்திருத்த தத்துவ ஞானி நாராயண குரு என்று எழுதியிருக்கிறார் பலரும் பலவிதமாக பாராட்டி எழுதியுள்ளனர்.

1923ல் அதுலே என்ற ஊரில் சர்வ சமய ஒற்றுமை மாநாடு நடத்துகிறார். அனைத்து மதங்களுக்கும் எப்படி ஒருமைப்பாடு தேவைப்படுகிறது என்பதை அப்போதே அவர் உணர்ந்திருந்தார். இந்தியாவில் முதன்முதலில் நடைபெற்ற சர்வ சமய மாநாடு இதுதான்.

ஒரு சமூகத்தின் அறிவார்ந்த வெற்றியே அதிகாரத்தை பெற்றுத் தரும் என்பது நாராயண குருவின் பார்வைத் தத்துவங்களில் இரண்டு வகை. ஒன்று ஆன்மீக ரீதியில் எல்லா மதங்களையும் ஒன்றிணைத்து சமத்துவ நிலையை அடைவது. அரசியலில் சமூகப் பொருளாதாரத்தை சமத்துவம் பெற அனைவரையும் ஒன்றிணைத்துப் போராடுவது ஒன்று கருத்தியல், மற்றொன்று பொருளியல். இது நாராயண குருவின் தத்துவ சாரமாக நாம் காண்கிறோம். தாழ்த்தப்பட்ட மக்கள் பண்டைய காலத்தில் சமத்துவமாக இருந்ததாகவும் மேல் சாதி ஆதிக்க சமூகத்தில் இவர்களை கீழே தள்ளப்பட்டதாகவும் கூறுகிறார் மறுபடியும் மேலே வரவேண்டும். 1913 அத்வைத ஞானசபை என்பதை உருவாக்குகிறார். கருணை, ஈகை என்ற எழுத்துக்களை எழுதி வழிபடச் சொல்கிறார். ஆலய வழிபாடு அறிவுக் கல்வியாகவும் பிறகு உருவமில்லா வடிவில் மனிதனை கண்ணாடிமுன் நின்று அதை வழிபடும்படி செய்கிறார். 1928 செப்டம்பர் 20ஆம் தேதி மறைவெய்தினார்.

வள்ளலார் எனும் ஆன்மீகப் புரட்சியாளர்

தமிழகத்தில் வடலூரில் 1823ல் பிறந்தவர் அருட்பிரகாச வள்ளலார். அவர் கடும் பஞ்சம் நிலவிய காலத்தில் வாழ்ந்து வந்தார். அவருடைய சிறு வயதில் தந்தை இறந்து விடுகிறார். இதனால் இவருடைய அண்ணன் சபாபதி இவரை வளர்க்கிறார் சிறு வயதிலேயே தம்பியை அழைத்துக்கொண்டு சென்னை வந்து விடுகிறார் சபாபதி. இவர் அண்ணன் சபாபதி வேத உபநியாசம்

செய்து வாழும் ஆசிரியர் ஆவார். தங்கிய பகுதி இன்றைய வள்ளலார் நகர் சென்னை (தங்கசாலை) என்று அறிய முடிகிறது.

இவர் அண்ணி பாப்பாத்தி அம்மாள் தாயாக அரவணைத்து வள்ளலாரை அன்புடன் வளர்க்கிறார். பள்ளிப் படிப்பில் அவருக்கு நாட்டம் வரவில்லை. பக்கத்திலுள்ள முருகன் கோயிலுக்குச் சென்று மனமுருக வேண்டுவதில் ஆர்வம் கொள்கிறார். இதைக் கண்ட அண்ணி அவர்கள் இவருக்கு தனியாக ஒரு அறை அமைத்துக் கொடுத்து விடுகிறார். இதிலிருந்து ராமலிங்கர் தனக்கு முன்னால் ஒரு கண்ணாடியை வைத்து அதன் முன்னால் விளக்கேற்றி வழிபட்டு வருகிறார். இந்தத் தேடலில் அவருக்குள் சில மாற்றங்களை உணர்கிறார். என்னுள் இருக்கும் அறிவு ஒளிதான் கண்ணாடியில் பிம்பமாக தெரிகிறது என்று உணர்ந்து தானும் கடவுளும் ஒன்று என்று அறிகிறார். அப்போது அவருக்கு 8 வயது. இந்த சூழலில் இவர் அண்ணன் சபாபதிக்கு உடல் நலம் சரியில்லாமல் போகிறது. அந்த நேரத்தில் கோமு செட்டியார் என்பவர் வீட்டுக்கு உபநியாசம் செய்ய அவரால் இயலாமல் போகவே தன் தம்பியான எட்டு வயது ராமலிங்கரை அவர் வீட்டுக்கு அனுப்பி வைக்கிறார். பெரிய புராணத்தில் இரண்டு பாடல்கள் பாட வேண்டும் அதை பாடி விட்டு வா என்று அனுப்புகிறார். இவரை கண்ட கோமு செட்டியார் இந்த சின்ன பையன் என்ன செய்யப் போகிறான் என்று எண்ணி ராமலிங்கரை மேடையில் அமரவைத்து பெரிய புராணத்தில் உள்ள இரண்டு வரிகளை அவர் படித்து இதற்கு வியாக்கியானம் கேட்கிறார். இதை இரண்டு மணி நேரம் விளக்கிப் பேசினார் ராமலிங்கர் அனைவரும் வியப்பிலும் ஆனந்தத்திலும் ஆழ்ந்து விட்டனர். உருப்படாத பையன் என்று தன் அண்ணனால் கருதப்பட்ட ராமலிங்கரின் இவ்வாறான ஆன்மீக ஆற்றல் கண்டு அண்ணன் இவரை ஒரு பெரும் ஞானியாக மதிக்கத் தொடங்கினார் என்று அறிகிறோம். மரபியல் ரீதியான ஆன்மீக அறிவுக் கூறுகள் அவர் உள்ளத்திலிருந்து வெளிப்பட்டிருக்கலாம் என்பது ஆய்வாளர்களின் கருத்தாக உள்ளது. காரணம் எட்டு வயதில் பெரிதும் படிக்காதவரிடமிருந்து இந்த திறமை வருவதற்கு ஏதோ ஒரு ஆழ்ந்த பற்றும் தூய அறிவும் இருக்க வேண்டும் என்பது ஒரு கருத்து.

ராமலிங்கர் கூறுகிறார்: உள்ள அனைத்தும் உள்ளொளியாக்கி ஒளிர்ந்திடும் ஆன்மாவே கொள்ளறக்கரிய பிரம்மனென்றே மறை கூறுதல் கேளீரோ. இங்கே பிரம்மன் எது என்று கேட்டால்

ஒளிர்ந்திடும் ஆன்மாதான். சங்கரர் கூறிய அத்வைதம் என்பது மாயாவாதம். மாயத்திரையை விளக்கிப் பார்த்தால் உண்மையான பிரம்மத்தைக் காண முடியும். ஆனால் எல்லோராலும் இதைக் காண முடியாது. ஒரு சிலரின் ஞான முக்தியால் மட்டும் முடியும் என்கிறார். இங்கு வர்ணாஸ்ரம் வந்து விடுகிறது. ஆனால் ராமலிங்கர் இதை உடைக்கிறார். எல்லோரும் பிரம்மத்தைக் காண முடியும். அடைய முடியும் என்பதற்கு வழிகாட்டுகிறார். நாம், தான் அது நாம்தான் பிரம்மம் என்கிறார். அவர் தமிழ் மொழிக்கு மிகுந்த முக்கியத்துவம் கொடுத்துள்ளார். சமஸ்கிருதம் இவர் படித்திருந்தாலும் தமிழில் பல கீர்த்தனைகள் பாடியுள்ளார்.

ஆத்வைதியாகவும் இல்லாமல் சைவ சித்தாந்தியாகவுமில்லாமல் இந்திய ஒருமைப்பாடு கொண்ட ஆன்மீகத்தைக் கட்டமைக்கிறார் அது சுத்த சன்மார்க்க சபை சத்ய தர்மசாலை (1867).

வாடிய பயிரைக் கண்ட போதெல்லாம் வாடினேன்; வீடு தோறும் இறந்தும் பசியாராது அயர்ந்த வெற்றாறைத் கண்டு உள்ளம் பதைத்தேன் என்கிறார். அடுத்தவர் பசியைக் கண்டு துன்பம் துடைத்தல், அதைக் தீர்த்தல் இதுதான் ஆன்மீகத்தின் அடிப்படை.

வடலூர் அருகில் சத்திய தர்மசாலா என்ற ஒன்றை அமைக்கிறார் வள்ளலார். அங்கு பசித்த அனைவருக்கும் சைவ உணவு வழங்கப்படுகிறது. இன்றும் அது செயல்படுகிறது. அணையா அடுப்பு அங்கு இன்றும் எறிந்துகொண்டிருக்கிறது. எப்போது உணவு உண்ண யார் வந்தாலும் உணவு உண்டு. இது மிகப் பெரும் புரட்சியாகும். உள்ளுணர்வால் செதுக்கப்பட்டவன், செழுமைப்பட்டவன். எல்லா ஜீவராசிகளையும் தன்னுடைய சகோதரர்களாக காணக்கூடிய மனிதநேயம், உலக ஆன்மநேய ஒருமைப்பாடு இது எல்லாம் கடவுளுடைய படைப்பாக இருக்கையில் அதை துன்புறுத்துவது ஆகாது என்ற வலுவான கருத்து கொண்டுள்ளார்.

சில கோட்பாடுகளை நடைமுறைப்படுத்த சமரச சன்மார்க்க சங்க மடம் ஒன்றை நிறுவுகிறார். இதில் சாதி, மத பேதமில்லாமல் ஒன்று சேர்ந்து பணியாற்றலாம் என்றார். 1865ல் சமரச வேதபாடசாலை உருவாக்குகிறார். சமரச சன்மார்க்க சங்கத்தின் அங்கமாக இது உருவாக்கப்படுகிறது. சமரச வேதம், பேதமற்ற வேதம் பாடசாலையில் வந்த விருப்பமுள்ளவர்களுக்கு பயிற்சி

கொடுக்கிறார். பயிற்சிக்காக ஒரே இரவில் 1,523 பாடல்களை ராமலிங்கர் எழுதியுள்ளார். அசுரத்தனமானது. இது பெரும் சாதனை. அருட்பெரும் ஜோதி அகவல் என்பது இதன் பெயர். ஒன்று உணவு, இரண்டு கல்வி பூர்த்தயாகிவிட்டது. அடுத்து வடலூர் அருகிலுள்ள ஒரு இடத்தில் குடில் அமைத்து 1873ல் அதற்கு சித்தி வளாகம் எனும் பெயரில் இயங்க வைக்கப்படுகிறது. தினமும் அங்கு வருவோர்க்கு சொற்பொழிவு ஆற்றுகிறார்.

மொத்தம் நான்கு நிறுவனங்கள் :

1. சமரச சன்மார்க்க சங்கம்
2. சத்திய தர்மசாலை
3. சுத்திய ஞான சபை
4. சித்தி வளாகம்

ஒவ்வொன்றும் அடிப்படையான சில கோட்பாடுகள் கொண்டவை. சன்மார்க்கம் என்பது மதமல்ல, மரணமில்லா பெருவாழ்வு. சாகாத கல்வி உண்மையான சன்மார்க்கம் என்றார். ஏழுபிறவி என்பதற்கு புது விளக்கம் தருகிறார். தாய் வயிற்றில் இருக்கும்போது முதல் பிறவி, வெளியே வரும்போது இரண்டாம் பிறவி நிலை, குழந்தை மூன்றாம் பிறவி, பாலகனாக இருக்கும் வரை நான்காம் பிறவி, இளைஞானதும் ஐந்தாம் பிறவி, நடுத்தர வயது ஆறாம் பிறவி, முதுமை என்பது ஏழாம் பிறவி என்று வரிசைப்படுத்துகிறார். இந்த மதக்கோட்பாட்டை எடுத்து அதற்குள்ள மூடநம்பிக்கையை அகற்றி புதிய சிந்தனையைக் கொடுக்கிறார் வள்ளலார் அவர்கள். அதேபோல மோட்சம் நரகம் என்பது ஏதுமில்லை. அது நம் உடலுக்குள்ளே இருக்கிறது. மன இருள் என்பது நரகம், மன ஒளி என்பது மோட்சம் என்கிறார். இவரை எதிர்த்து பல சைவ மடங்கள் கிளம்புகின்றன. கடுமையான எதிர்விளைவுகளை வள்ளலார் சந்திக்கிறார். இவர் எழுதிய திருவருட்பாவை எதிர்த்து மருட்பாவை வெளியிடுகின்றனர் சனாதன மேல்தட்டு சாதியினர். ஆனால் வள்ளலார் அனைத்து மக்களுக்குமானவராக வளர்ந்து விட்டார். பெரும் பணக்காரர்களைப் பார்த்து உங்களிடம் உள்ள செல்வம் உங்களுடையதல்ல, அது ஏழை மக்களுடையது. அதை அவர்களுக்கு பகிர்ந்தளித்து விடுங்கள் என்று இதே காலகட்டத்தில் பொதுவுடமைக் கொள்கையைப் பேசுகிறார். பெரும் வியப்பாகவும் பெரும்

மகிழ்ச்சியாகவும் இருக்கிறது. அவர் முன்வைத்த அரசியல் சமரச சன்மார்க்க ஆட்சி, மனித உடல் உறுப்புகள் கொண்ட மஞ்சள் வெள்ளை நிறத்தில் தனிக்கொடி, ஆண், பெண் சமத்துவம் உருவ வழிபாடின்றி எல்லோரும் ஜோதியை வணங்க வேண்டும் என்கிறார். ஆகம ஆன்மீகம், சமூகம், அரசியல், பொருளாதாரம் ஆகியவற்றுக்காக தீர்வுகளை முன்வைத்து போற்றுதலுக்குரிய பெரும் அறிவுஜீவி வள்ளலார் என்று பார்க்கிறோம். முக்கியமான தீர்க்கதரிசன கருத்தையும் இவர் முன்வைத்துள்ளார். இந்தத் தத்துவம் உலகமெல்லாம் வெற்றி பெறும். முதலில் ரஷ்யாவிலும் பின் அமெரிக்காவிலும் வெற்றியடையும் என்று கூறினார். ரஷ்யாவில் 1917ல் லெனின் தலைமையில் வள்ளலார் கூறியது போல் புரட்சி மலர்ந்தது. அதை உலகம் கண்டது. வள்ளலார் இன்றும் தேவைப்படுகிறார். நாளையும் தேவைப்படுவார். தமிழ்நாட்டில் பிறந்து 50 ஆண்டுகளே வாழ்ந்து இந்திய ஆன்மீக ஒருமைப்பாட்டிற்கும், உலக மனித குல சகோதரத்துவத்திற்கும் பெரும் பங்காற்றியுள்ளார். தமிழக சீர்த்திருத்த வரலாற்றில் வள்ளலாரின் தன்னலமற்ற சேவை, பங்களிப்பு பொன் எழுத்துக்களால் பொறிக்கப்பட வேண்டியவை. பின்பற்ற வேண்டியவை. அவர் மறையும் தருவாயில் 1874ல்தனி அறையில் இருந்ததாகவும் பல நாட்கள் கதவுகள் திறக்கப்படாமல் இருந்ததாகவும் மூன்று மாதம் கழித்து கதவு திறந்தபோது அவர் இல்லை என்று வரலாறு கூறுகிறது. மேல்தட்டு சாதியினர் அவரை ஏதாவது செய்திருக்கலாம் என்ற செய்தியும் உண்டு. அவர் அமைத்த உணவு தர்மசாலையின் அணையாத அடுப்பு இன்றும் உள்ளது. அனைவருக்கும் இலவச உணவு இன்றும் வழங்கப்படுகிறது. தமிழ்நாடு அரசு அவருக்கு 200வது பிறந்தநாளை 2022ல் கொண்டாடியது. வள்ளலார் சர்வதேச மையம் அமைக்க முயற்சிக்கும் செயல்பாட்டிருக்கும் தமிழ்நாட்டு மக்கள் அனைவரும் பாராட்டி நன்றி சொல்லக் கடமைப்பட்டவர்கள் ஆவர்.

மகாத்மா ஜோதிபா புலே

மகாராஷ்டிராவின் சமூகச் சீர்த்திருத்த முன்னோடியான ஜோதிபா புலே, பிற்படுத்தப்பட்ட குடும்பம் ஒன்றைச் சார்ந்தவர். ‘மாலி’ (தோட்டக்காரர்) என்றழைக்கப்படும் குடும்பத்தில் ஜோதிபா புலே 1827ஆம் ஆண்டு பிறந்தார். மேல்சாதிக்காரர்களின் கொடுமைகளுக்கு

ஆட்பட்ட அவருக்குச் சாதிய முறைக்கெதிராக, சமூக ஒடுக்குமுறைக்கெதிராகப் போராட வேண்டியது அவசியம் என்ற உணர்வு ஏற்பட்டது. இதில் அவருக்கு மிகவும் உறுதுணையாக இருந்தவர் அவருடைய துணைவியார் சாவித்திரிபாய் புலே.

புலே தம்பதி அடித்தட்டு மக்களின் உயர்வுக்காகத் தங்கள் வாழ்க்கையை அர்ப்பணித்தனர். அடித்தட்டு மக்கள் என்று கூறும்பொழுது தாழ்த்தப்பட்ட மக்கள், பின்தங்கிய பகுதி மக்கள், ஏழைகள், அநாதைகள், விதவைகள், கந்து வட்டிக் கொடுமைக்கு ஆளான விவசாயிகள் ஆகியோரே அதில் அடங்குவார்கள். தாழ்த்தப்பட்ட குழந்தைகளுக்கென்றும் பெண் குழந்தைகளுக்கென்றும் இந்தியாவில் முதன்முதலில் பள்ளிக்கூடங்களைத் திறந்தவர்கள் புலே தம்பதியே.

ஆனால் மேல்சாதிகளைச் சேர்ந்த ஆரியர்கள் அந்தப் பள்ளிகளில் பணியாற்ற மறுத்தனர். எனவே, ஜோதிபா புலே தன் மனைவி சாவித்திரிக்குப் பயிற்சி, அளித்து அந்தப் பள்ளிகளை நடத்தச் செய்தார். மேல்சாதிக்காரர்களின் தொல்லைகள், சமூகப் பகிஷ்காரம் போன்றவற்றைப் சமாளித்துக் கொண்டே தாழ்த்தப்பட்ட மக்களிடையே சேவை செய்த முதல் இந்தியப் பெண் சாவித்திரிபாய் புலே ஆவார்.

பிரபாகர் சன்ஸ்கிரி கூறுகிறார்: "புராணங்கள், வேதங்கள், புனித நூல்கள் என்று கூறப்படுபவை கீழ்ச்சாதி மக்களின் சிந்தனையை அடிமைப்படுத்தி அவர்களை அடிபணியச் செய்து விடுகிறது" என்று ஜோதிபா புலே கருதினார். ஆகையால் அவர், இத்தகைய நூல்களையும் கடவுள்களையும் அவதாரங்கள் என்று கூறப்படுபவனவற்றையும் ஈவிரக்கமின்றி மோசமான வார்த்தைகளால் சாடினார்.

விவசாய மக்கள் நாசமடைந்து வருவதைக்கண்ட புலே, கந்து வட்டிக்காரர்கள், அதிகார வர்க்கம் போன்றவற்றைக் கடுமையாக நிந்தித்தார். அவர்களின் ஊழல் மலிந்த, தீய நடைமுறைகளைச் சாடினார். இந்தப் பகுதியினரில் பிரதானமானவர்கள் பிராமணர்களே.

தனது சமூகச் சீர்த்திருத்தக் கருத்துக்கு ஆதரவாகப் போராடியதோடு புலே நின்றுவிடவில்லை. மேல்சாதிகளைச் சேர்ந்த சமூகச் சீர்த்திருத்தங்களைப் பாதுகாப்பதற்கும் ஏற்பாடு செய்தார். ஏனென்றால் அவர்களின் உயிருக்கும் உடமைக்கும் மேல்சாதிக்காரர்களிடமிருந்து தொடர்ந்து அச்சுறுத்தல் இருந்து

வந்தது. 1873ஆம் ஆண்டில் "சத்ய சோதக் சமாஜம்" (உண்மையை நாடும் கழகம்) என்ற அமைப்பை ஜோதிபா புலே உருவாக்கினார்.

ஜோதிபா புலேயின் சீர்த்திருத்தக் கருத்துக்கள், பிராமணரல்லாத மராட்டிய மன்னர்கள் மீதும் தாக்கத்தை ஏற்படுத்தியது. அது எவ்வாறு நிகழ்ந்தது?

பிராமணர்கள்தாம் உயர்ந்தவர்கள், வைசியர், சத்திரியர், சூத்திரர் என்றழைக்கப்பட்டவர்கள் பிராமணர்களுக்குக் கீழ்ப்படிந்தவர்களே என்று கூறும் நூல் வருண முறையானது (வருணாசிரம தர்மம்) மகாராஷ்டிராவில் ஆதிக்கம் செலுத்தி வந்தது.

அந்நாட்களில் சமஸ்கிருத மொழியையும் வேதங்களையும் படிப்பதென்பது பிராமணர்களுக்கு மட்டுமே உள்ள தனி உரிமையாகக் கருதப்பட்டு வந்தது. இதர சாதிய இந்துக்களுக்குக் கூட இந்த உரிமை கிடையாது. அதேபோல் கல்வி என்பதும் பிராமணர்களின் ஏகபோகமாக இருந்து வந்தது. பிராமணரல்லாத சதாரா மகாராஜா இரவு நேரங்களில்தான் தன்னுடைய கல்வியைப் பெற முடிந்தது என்று தனஞ்செய்கீர் என்ற பிரபல மகாராஷ்டிரிய நூலாசிரியர் கூறுகின்றார்.

பிரபல மராட்டிய மன்னராகிய சிவாஜி மன்னர் சூத்திரர் என்பதால் அவருக்கு முடி சூட்டுவிழா நடத்தமுடியாதென்று கூறிய பிராமணர்களின் வழிவந்த மகாராஷ்டிரப் பிராமணர்கள் தங்கள் முன்னோர்களையே பின்பற்றி வந்தனர். அவர்களுடைய உயர்சாதிப் போக்கும் ஜோதிபா புலே அதற்கெதிராகக் குரல் எழுப்பியதும் சேர்ந்து கோலாப்பூர் மன்னரான சகு மகாராஜாவையும் பரோடா மகாராஜாவையும் ஜோதிபா புலே துவக்கிய 'சத்ய சோதக் சமாஜத்தின்' ஆதரவாளர்களாக்கின.

ஜோதிபா புலேயின் காலத்திற்கு முன்னரும் அவருடைய காலத்திலும் பல சமூகச் சீர்திருத்தவாதிகள் இருந்தனர். உடன்கட்டை கொடுமைக்கு எதிராகப் போராடிய ராஜாராம் மோகன்ராய், பஞ்சாபில் தயானந்த சரஸ்வதி, மகாராஷ்டிராவில் மகாதேவ கோவிந்தரானடே, பாலகங்காதர திலகர் போன்றோர் செயல்பட்டனர். அவர்களுடைய சீர்திருத்த நடவடிக்கைகளுக்கும், ஜோதிபா புலே துவக்கி வைத்து நடத்திய நடவடிக்கைகளுக்குமிடையே பெரும் வித்தியாசம் இருந்தது.

மறைந்த இந்தியாவில் தலைசிறந்த சமூக விஞ்ஞானிகளுள் ஒருவரும், மார்க்சிஸ்ட் கம்யூனிஸ்ட் கட்சியின் அரசியல்

தலைமைக்குழு உறுப்பினருமான இ.எம்.எஸ்.நம்பூதிரிபாட் கூறுகிறார்.

இந்தச் சந்தர்ப்பத்தில் மகாராஷ்டிராவில் பிராமணர் அல்லாத இயக்கத்தை உருவாக்கிய தலைவரான ஜோதிபா புலேயை விசேஷமாகக் குறிப்பிட வேண்டும். ராஜாராம் மோகன்ராயைப் போலல்லாது, புலே ஒரு தாழ்ந்த சாதியில் பிறந்தவர். இந்தக் காரணத்தினால் கிறிஸ்துவப் பாதிரியார்களின் உதவி கிடைக்கும்வரை அவருடைய கல்வியை அவர் பூர்த்தி செய்ய முடியவில்லை. பிராமணர்களும் மற்ற உயர்சாதிக்காரர்களும் இழைத்த எண்ணற்ற அவமரியாதைகளை அவர் தாங்கிக்கொள்ள வேண்டியிருந்தது. இவையனைத்தின் விளைவாக பொதுவாக சாதிய முறையுடனும், குறிப்பாக பிராமணர் ஆதிக்கம் குறித்த கோபத்துடனும் புலே தன்னுடைய பொதுவாழ்க்கையைத் துவக்கினார்.

ராஜாராம் மோகன்ராய்க்கும், ஜோதிபா புலேக்குமிடையிலான வித்தியாசங்களை அவர்கள் துவக்கிய இயக்கங்களின் தன்மைகளிலும் காண முடியும். ராஜாராம் மோகன்ராய் நிறுவிய "பிரம்ம சமாஜம்" பிரதானமாக உயர்சாதி இந்துக்களிடையே செயல்பட்டது. அந்நிலையில் அது, சாதிய முறைக்கு எதிரான ஒரு இயக்கமாகவும் ஆணுக்கும் பெண்ணுக்குமிடையே சமத்துவத்தைக் கோரும் இயக்கமாகவும் இருந்தது. மறுபுறத்தில் ஜோதிபா புலே துவக்கிய இயக்கமானது கீழ்ச்சாதிகளிடையே குறிப்பாகத் தாழ்த்தப்பட்ட மக்களிடையே உறுதியாக வேர் கொண்டுள்ளது. இதன் காரணமாக அதனுடைய தத்துவம் என்பது பிராமணி எதிர்ப்பு என்பதாக இருந்தது.

"அவர் பிரதிநிதித்துவப்படுத்திய சாதாரண மக்களின் வாழ்க்கை நிலைமைகளின் தன்மைகளை வெளிப்படுத்தும் விதத்தில், இங்கிலாந்து அரசக் குடும்பத்தின் உறுப்பினரான யாரக் பிரபு வந்திருந்தபொழுது, வறுமையில் பிடிக்கப்பட்டு இந்திய விவசாயிகளின் உண்மையான பிரதிநிதி என்ற முறையில் ஜோதிபா புலே கோவணத்தை மட்டும் கட்டிக்கொண்டு அவர் முன்சென்று பேசினார். இது அவர் கொண்டிருந்த சமூக தொலைநோக்குப் பார்வைக்குத் தக்க உதாரணம் ஆகும்."

மேலும் ஜோதிபா பூலே வரலாறு இவ்வாறு கூறுகிறது.

இந்து சமுதாய அமைப்பில் பிராமணீய தத்துவம் உயர்நிலையில் இருந்ததால், சாதி ஆதிககத்திற்கெதிராக, சமத்துவத்திற்காக

நடத்தப்படும் எந்த இயக்கமும் அக்காலத்தில் பிராமண எதிர்ப்பு இயக்கமாகவே இருந்திருக்க முடியும்.

"ஜோதிபா புலே, தனது நியாயமான கோபத்தினைத் தவிர்க்க முடியாத முறையில் பிராமணர்கள் மீது திருப்பியபோதிலும், அவருடைய பார்வை ஒருபோதும் குறுகியவாதமாக இருந்ததில்லை. மாறாக, அவர் ஜனநாயகவாதியாகவே இருந்தார். ஆகவேதான், அவர் பிராமணியக் கோட்பாட்டோடு கடைசிவரை சமரசம் செய்துகொள்ளாத முறையில் அதனது எதிரியாகத் திகழ்ந்தார். அவருக்கும் அவருடைய எதிரிக்குமிடையே எவ்விதச் சமரசமும் கிடையாது. இதற்குக் காரணம் அவர் ஒருபோதும் ஒரு குறிப்பிட்ட சாதிக்கு இந்துச் சமுதாய அமைப்பில் ஓர் இடம் தேடியதில்லை."

அந்த மகத்தான ஜோதிபா புலேயின் தீவிரமான ஆதரவாளர்களில் முக்கியமானவர்கள் ஜி.கே.வலங்கர், எஸ்.ஜே.காம்ப்ளே போன்றோர். ஜி.கே.வலங்கர், திருமதி ரமாபாய், அம்பேத்கரின் நெருங்கிய உறவினருமாவார். ராம்ஜி சக்பாலும், ஜோதிபா புலேயின் தீவிர ஆதரவாளர்களில் ஒருவர்.

ஆனால் அம்பேத்கருக்கும் ஜோதிபா புலேக்கும் இணைப்புப் பாலமாக விளங்கியர் ஜி.கே.வலங்கரே ஆவார். அவர்தான் அம்பேத்கரின் சிந்தனையில் ஜோதிபா புலேயின் கருத்துகளைப் படிப்படியாக புகுத்தியவர்.

விவேகானந்தரின் வாழ்வும் வாக்கும் என்ற நூலில் உள்ள கருத்து மிகவும் புகழ் பெற்றதாகும் சிகாகோ சொற்பொழிவு

சர்வமத மாநாட்டின் தொடக்கவிழா 1893ஆம் ஆண்டு செப்டம்பர் மாதம் பதினோராம் நாள் திங்கட்கிழமை சிக்காகோ நகரத்தில் கொலம்பஸ் கட்டடத்தில் நடைபெற்றது. புகழ்பெற்ற கத்தோலிக்க சமயகுரு கிப்பன்ஸ், மேடையில் நடுவில் அமர்ந்திருந்தார். இருபுறத்திலும் பகட்டான உடை தரித்த கீழை நாட்டுப் பிரதிநிதிகள் வீற்றிருந்தனர். அவர்களுள், எடுப்பாகவும் மிகவும் கவர்ச்சிகரமாகவும் சுவாமிஜி விவேகானந்தர் இருந்தார். ஒவ்வொரு பிரதிநிதியும் தன்னை அறிமுகப்படுத்திக்கொள்ள வேண்டியதாயிற்று. இத்தகைய அனுபவம் சுவாமிஜி விவேகானந்தருக்கு ஏற்பட்டது. இதுவே முதல்முறையாகும்.

கொலம்பஸ் கட்டடத்தில் கூடியதைப் போன்ற பெரிய சிறந்த கூட்டத்தில், இதுவரை இவர் கலந்துகொண்டதே இல்லை. எனவே, தாம் பேசுவதை எவ்வளவு தள்ளிவைக்க முடியமோ, அவ்வளவு தள்ளிவைத்துக்கொண்டு வந்தார். அன்று மாலைக் கூட்டத்தில், தலைவர் இவரைப் பேசும்படி வற்புறுத்தினார். கல்விக்குத் தெய்வமான கலைமகளையும் தம் குருவையும் உள்ளத்தில் எண்ணி, "அமெரிக்க நாட்டுச் சகோதரிகளே! சகோதரர்களே!" என்று தம் பேச்சைத் தொடங்கினார். இச்சொற்களைக் கேட்ட ஏழாயிரம் மக்கள், எழுந்து நின்று மகிழ்ச்சி ஆரவாரத்துடன், சுவாமிஜியைப் பாராட்டினார். தொடர்ந்து கைகளைத் தட்டி மகிழ்ச்சி ஆரவாரம் செய்தபடி இருந்தனர். இரண்டு நிமிடங்கள் வரை சுவாமிஜியால் பேச இயலவில்லை. பிற பேச்சாளர்ள், மரபு வழியில் அவைக்கு வணக்கம் செலுத்தினர். இவரோ சகோதரிகளே, சகோதரர்களே என்று கூறியது அவர்கள் நெஞ்சைத் தொடுவதாக இருந்தது. இவ்வாறு பேசவேண்டுமென இவர் முன்னரே திட்டமிட்டுக் கொள்ளவில்லை. அது இயற்கையாகவே நிகழ்ந்தது. ஏனெனில் சுவாமிஜி, உலகத்தையே தன் குடும்பமாகக் கருதும் துறவியர் இனத்தைச் சார்ந்தவரல்லவா?

முதல் சொற்பொழிவில் இவர் சுருக்கமாகவே சமயத்தின் பொதுமை என்னும் இந்தியக் கருத்தை வலியுறுத்தினார். நாடுகளுள் மிக இளமை வாய்ந்ததான அமெரிக்காவை வைதீகத்தர்மத் துறவிகளான, தொன்மை வாய்ந்தவர்களின் சார்பில் அழைத்து, இந்து சாத்திரங்களில் உள்ள இரு உரைகளை எடுத்துக்காட்டாக எடுத்துரைத்தார். பகவத்கீதையிலும் இந்துப் பிராத்தனைகளில் உள்ளதுமான இவ்வுரைகள்; சமய நெறிகள் பல எனினும் அவை அனைத்தும் இறைவனை அடைவதற்கு உறுதுணையானவை என்று கூறுகின்றன. சகிப்புத்தன்மையோடு, பிறருடைய சமயங்களில் பரிவும் காட்ட வேண்டும் என்று மகாநாட்டில் கூடியிருந்த பிரதிநிதிகளையும் அவர்கள் வாயிலாக உலக மக்களையும் கேட்டுக்கொண்டார். சமயங்கள் அனைத்திடமும் சகிப்புத்தன்மை இருக்கவேண்டுமென்று மட்டும், நாங்கள் நம்பவில்லை. சமயங்கள் எல்லாமே உண்மையானவை என்றும் அவற்றை ஏற்றுக்கொள்கிறோம். பல நாடுகளிலிருந்தும் பல சமயங்களிலிருந்தும் துன்புறுத்தப்பட்டு, வெளியேற்றப்பட்ட மக்களை, ஏற்றுக்கொண்ட நாட்டைச் சார்ந்தவன் நான் என்று

பெருமிதம் கொள்கிறேன் என்று சுவாமிஜி சொன்னார். ஒரு சமயத்திலிருந்து வேறொரு சமயத்திற்கு மக்களை மாறச் செய்வது பொருளற்றது, என்பதை இவர் விளக்கினார்.

"இந்து, மேலும் சிறந்த இந்துவாகவும், கிறித்தவர், மேலும் சிறந்த கிறித்தவராகவும் முஸ்லீம், மேலும் சிறந்த முஸ்லீமாகவும் இவ்வாறு ஒவ்வொருவரும் தம் தம் சமயங்களில் முன்னேற்றமடைய வேண்டுமென்பது குறிக்கோளாக இருக்கவேண்டும். ஒரே குறிக்கோளை நோக்கிச் செல்பவரிடையே உணர்ச்சிகளுக்கும், எழுத்திலோ, கொலைக் கருவிலோ நிகழும் துன்புறுத்தல்களுக்கும், சாவு மணியாக அன்று காலை விழாவின் பெருமையைக் காட்டுவதற்காக அடிக்கப்பட்ட மணி இருக்க வேண்டும் என்ற தம் நம்பிக்கையைத் தெரிவித்தார். தூய்மையும் தெய்வீகமும் இரக்க உணர்ச்சியும், எந்த ஒரு சமயத்தின் தனிச்சொத்தன்று, மேன்மை வாய்ந்த மக்கள், எல்லா சமயங்களிலும் தோன்றியுள்ளனர் என்பதைச் சர்வமத மாநாடு உலகிற்கே எடுத்துக்காட்டியுள்ளது" என்று மொழிந்தார். மேலும் *"இவ்வுண்மைகளுக்கு மாறாக, எவரேனும் தம்முடைய சமயமே ஓங்கியிருக்கவேண்டும் என்றும், பிற சமயங்கள் அழிந்துவிட வேண்டும் என்றும் கனாக் கண்டால், அவர் பிறரது இரக்கத்திற்கு உரியவராவார். எதிர்ப்புகள் இருந்தாலும், ஒவ்வொரு சமயத்தின் கொடியிலும் 'உதவுதல்', 'தம்மயமாக்கல்', 'இணக்கமும் அமைதியும்', வேறுபாடு இல்லை என்று விரைவில் எழுதப்படும்;"* விவேகானந்தரின் பேச்சு புதிய பார்வையை தருவதாக அமைந்தது.

ஆன்மீக சமத்துவம் பற்றி வேறு ஒரு உரையாடலில் இவ்வாறு கூறுகிறார்

எல்லா துன்பங்களுக்கும் மூலகாரணம் இந்த சமத்துவமின்மைதான். உடல், மன, ஆன்மீக பந்தங்களுக்கெல்லாம் பிறப்பிடம். இறைவன் எங்கும் சமமாக இருப்பதைக் காண்பவன் ஆன்மாவை ஆன்மாவால் துன்புறுத்துவதில்லை. ஆகையால் அவன் மிக உயர்ந்த லட்சியத்தை அடைகிறான் (கீதை. 13:28). இந்த ஒரே வாக்கியம், சில சொற்களில், உலகினர் அனைவரும் உய்வதற்கான வழியைக் காட்டி விடுகிறது.

சமுதாயத்தின் வாழ்வில்தான் தனிமனித வாழ்வு அடங்கியுள்ளது. சமுதாயத்தின் இன்பத்தில்தான் தனி மனித இன்பம் அடங்கியுள்ளது. சமுதாயம் இல்லாவிட்டால் தனிமனிதன் இருப்பது முடியாதது; இது அழியாத உண்மை, இந்த அடித்தளத்தில்தான் உலகமே இயங்குகிறது. எல்லை அற்றதான சமுதாயத்துடன் ஒன்றி, அதன் இன்பத்தில் இன்பம் காண்பதும், அதன் துன்பத்தில் துன்புறுவதுமாக மெள்ள மெள்ள முன்னேறுவதுதான் தனிமனிதனின் ஒரே கடமை. கடமை மட்டும் அல்ல; இந்த நியதியை மீறினால் மரணம், பின்பற்றினால் மரணமில்லா பெருவாழ்வு உண்டாகிறது. இயற்கையின் கண்களில் மண்ணைத் தூவ யாரால் முடியும்? நீண்ட காலம் தொடர்ந்து யாரும் ஏமாற்ற முடியாது. சமுதாயத்தின்மீது குப்பையும் எவ்வளவுதான் மலையாகக் குவிந்திருந்தாலும், அந்தக் குப்பைக் குவியலுக்கு அடியில் அது அன்பு, தன்னலமற்ற வாழ்க்கை என்றுதான் மூச்சு விட்டுக் கொண்டிருக்கிறது. அனைத்தையும் தாங்கும் நிலம்போல் சமுதாயம் எல்லாவற்றையும் சகித்துக் கொண்டிருக்கிறது. ஆனால் இன்றோ, நாளையோ அது விழிக்கவே செய்யும். அந்த விழிப்பின் வேகத்தால், எத்தனையோ யுக யுகங்களாக அதன்மீது படிந்து கிடக்கின்ற சுயநலக் குப்பைகள் வெகுதூரத்தில் தூக்கியெறியப்பட்டுவிடும்.

மேலும் இயற்கையின் நியதி பற்றி இவ்வாறு கூறுகிறார்: இப்பிரபஞ்சம் 5 பூதங்களால் ஆனது. ஒன்று இணைக்கிறது. மற்றொன்று பிரிக்கிறது. இது ஒரு திருவிளையாடலே (வேற்றுமையில் ஒற்றுமை). பிரபஞ்சத்தின் எல்லா கதவுகளையும் அன்பு ஒன்றுதான் திறக்கிறது என்கிறார். இது ஒரு ஆன்மீகக் கருத்து. இந்திய ஆன்மீக ஒருமைப்பாட்டை உலக மக்களோடு இணைக்கிறார். இது மிக மிக ஆழமானது. அனைத்தையும் அன்பால் இணைப்பதுமாகும்.

தயானந்த சரசுவதி :

தயானந்த சரசுவதி சுவாமிகள் (12 பிப்ரவரி 1824 - 30 அக்டோபர் 1883) தத்துவவாதியாகவும், இந்து சமயத்தின் தீவிரச் சிந்தனையாளாகவும் இருந்து மக்களிடையே விழிப்புணர்வை ஏற்படுத்தியவர். 19ஆம் நூற்றாண்டில் தோன்றிய சமய சீர்திருத்த இயக்கங்களில் முக்கியமான ஆரிய சமாஜ இயக்கத்தினை நிறுவியவர்.

குஜராத் மாநிலத்திலுள்ள டங்காரா கிராமத்தில் 1824ஆம் ஆண்டு பிப்ரவரி 12 அன்று பிறந்த இவரது இயற்பெயர் மூல்சங்கர். இவருக்குத் தொடக்கக்கல்வி ஏதும் அளிக்கப்படவில்லை. இவருக்கு வீட்டில் வைத்து சமஸ்கிருதம், மதக் கருத்துக்கள் குறித்து பயிற்சி அளிக்கப்பட்டது. இவர் தண்டி சுவாமி பூர்ணானந்த் என்பவரிடமிருந்து கமண்டலம் மற்றும் தண்டம் பெற்றுத் துறவியாக மாறினார். அன்றிலிருந்து தயானந்த சரசுவதி என அழைக்கப்பெற்றார்.

யோகா மற்றும் தந்திரங்களைக் கற்றுத் தேர்ந்த இவர் 1837ஆம் ஆண்டில் கடவுளின் உருவ வழிபாடுகளின் மீதான நம்பிக்கையை இழந்தார். வேதத்தின் ஒவ்வொரு வார்த்தையும் உண்மை என்று நம்பினார். அதன் பின்பு சமயத்தின் பெயரால் நடக்கும் ஏமாற்று வேலைகள், மோசடிகள் போன்றவைகளை மக்களுக்கு எடுத்துரைக்கத் தொடங்கினார். இந்து, கிறித்துவ இசுலாமிய சமய சாத்திர அறிஞர்களிடம் தர்க்கம் (சொற்போர்/விவாதம்) செய்து பல கருத்துக்களை எடுத்துரைத்தார். இந்நிகழ்வுகள் அனைத்திலும் இவர் வெற்றியடைந்தார்.

ஆர்ய சமாஜம்:

1875ஆம் ஆண்டு ஏப்ரல் 10ஆம் நாளில் மும்பையில் ஆரிய சமாஜம் எனும் அமைப்பைத் தொடங்கினார். இவர் காலத்தில் நிகழ்ந்து வந்த சிறுவயதுத் திருமண முறைகளுக்கு (குழந்தைத் திருமணம்) கடுமையாக எதிர்ப்பு தெரிவித்தார். அதே சமயம் விதவைகள் மறுமணம் செய்து கொள்வதை ஆதரித்துப் பேசியும் எழுதியும் வந்தார். ஆங்கிலவழிக் கல்வியை நாடு முழுவதும் பரப்பப் பாடுபட்ட இவர் எழுதிய “சத்யார்த் பிரகாஷ் அண்ட் பிரதிமா பூஜன் விச்சார்” எனும் புத்தகம் மிகவும் புகழ் பெற்றது. இவர் சமையல்காரர் விஷம் கலந்த பாலைப் பருகக் கொடுத்ததை அறிந்து அவனை மன்னித்து அவன் சொந்த ஊருக்குச் செல்ல பயணப்பணமும் அளித்து உதவினார். இவரது 59வது வயதில் 1883ஆம் ஆண்டு அக்டோபர் 30 அன்று மரணமடைந்தார்.

இரவீந்திரநாத் தாகூர்

இரவீந்திரநாத் தாகூர் கி.பி. 1851இல் தோன்றி 1941இல் இயற்கை எய்தினார். நாட்டுப்பற்றும், மொழிப்பற்றும், பண்பாடு, கலாச்சாரப் பற்றும் மரபு இலக்கியப் பயிற்சியும், இசையின் நுட்பங்களையும், தாய்மொழியின் ஒலி தரும் சொற்களின் ஆழ்ந்த

பொருண்மையும், சுவையும் வளமும் முழுமையாகக் கற்றுணர்ந்த இலக்கிய மேதை.

புரட்சியுலகம் புகுந்திட்ட தாகுர் உள்ளத்தில் மீண்டும் ஒரு மாற்றம் தோன்றியது. வயது 45 அளவில் புரட்சிப் பாதையிலிருந்து விலகித் தனிமையில் அமைதி காண அமைதிப் பாதையைத் தேர்ந்தார். முன்பே வெளியிட்ட "நைவேத்தியத்தில்" அவர் தன்னை இறைவனுக்கு முழுமையாக அளித்திடும் பக்தி நெறி தெரிகிறது. ஜீவன தேவதை என்பதில் தம்மையே, முழுமையாக அளித்தபோதும் உலகம் முழுவதற்கும் பொதுவான கருத்தை மறுத்தார். ஆனால் "மனிதம்" போற்றினார். பாரதியாரின் நாட்டுப் பற்றுப் பாடல்களும், தெய்வபக்திப் பாடல்களும், தனிப்பாடல்களும் போன்றதே 'ஜீவன தேவதை' என்னும் தொகுப்பு என்று ஒரு நண்பர் குறிப்பிட்டார்.

இரவீந்திரநாத் தாகூரின் புகழ் பெற்ற கீதாஞ்சலி கவிதையின் உன்னத விழுமியம் தாங்கிய வரிகள். இது நோபல் பரிசு பெற்ற கீதாஞ்சலி கவிதையின் ஆழமான சில வரிகள்.

"எங்கே அச்சமில்லாத மனமுண்டோ தலை

நிமிர்ந்து நிற்குமோ

எங்கே அறிவுக்கு விடுதலை உண்டோ

எங்கே சொற்கள் வாய்மையின்

அடித்தளத்திலிருந்து வருகிறதோ

எங்கே எண்ணமும் செயலும்

தடையின்றி முன்னேறுகின்றதோ

அங்கே எந்நாடு விழித்தெளட்டும்" என்றார்.

ஏழை என்றும் அடிமை என்றும்

எவனுமில்லை ஜாதியில்

இழிவுக் கொண்ட மனிதரென்பர்

இந்தியாவில் இல்லையே

வாழி கல்வி செல்வம் மெய்தி

மனமகிழ்ந்து கூடியே

மனிதர் யாவரும் ஒரு நிகர்

சமானமாக வாழ்வோம் இந்த நாட்டிலே

எப்பேற்பட்ட பிரகடனம் மகாகவி பாரதி

வாழ்க நீ எம்மான்."

அண்ணல் மகாத்மா காந்தி (1869-1948) தன் வாழ்நாளை தேசதுக்கே அர்ப்பணித்தவர். மதச்சார்பின்மைக்காக தன்னுயிரையே தந்தவர். அண்ணல் கூறிய அருமையான பொன்மொழி.

"ரகுபதி ராகவ ராஜாராம் பதீத பாவண சீதாராம்

ஈஸ்வர அல்லா தேரே நாம் சபுக்கோ சன்மதிதே பகவான்."

எப்படிப்பட்ட ஆன்மீக ஒருமைப்பாடு. இது மக்களை ஒன்றுபடுத்தி களிநடம் புரிகின்றதே.

19ஆம் நூற்றாண்டு வளர்ச்சிப் போக்கு

5000 ஆண்டு கால ஆன்மீக கலாச்சார பண்பாடுகளை 13ஆம் நூற்றாண்டு மத்துவாச்சாரி வரை அவர் முன்வைத்த துவதைம் தத்துவக் கோட்பாடு வரை பார்த்தோம். அதன் பிறகு 19ஆம் நூற்றாண்டு ஏறக்குறைய சுமார் 100 ஆண்டுகள் இந்தியாவிலும் தமிழகத்திலும் மிகவும் ஆரோக்கியமான ஆன்மீகத்தையும் அதன் முற்போக்குத் தன்மையையும் ஒருமைப்பாட்டையும் பார்ப்போம்.

வங்கத்தின் ஜோதி பாபூலே, ராமகிருஷ்ணர், ராஜாராம் மோகன்ராய், வீரத்துறவி விவேகானந்தர், வட இந்தியாவில் தயானந்த சரஸ்வதி சுவாமிகள் ஆகியோர் குறிப்பிடத்தக்கவர்கள். பிரம்ம சமாஜத்தை ராஜாராம் மோகன் ராயுடன் இருந்தவர்கள் தொடங்கினர். இந்து மதத்தில் உள்ள மூடநம்பிக்கை சடங்கு சம்பிரதாயங்களைக் கண்டு வெறுத்தனர். அதை மாற்றி இந்து மதத்தை சீர்த்திருத்த துவங்கினர். எல்லோரும் ஆங்கில கல்வி கற்க வேண்டும். அதுதான் உலகப் பொதுக்கல்வி. அதன்மூலம் தான் அறிவு வளரும், வெறும் வேதம் ஓதுவதால் அறிவு வளராது மனித முனினேற்றம் என்பது பொதுக்கல்வியில் தான் உள்ளது என்கிறார் ராஜாராம் மோகன்ராய். அன்று ஆட்சி மொழியாகயிருந்தது சமஸ்கிருதமும் அரபு மொழியும் என்பது குறிப்பிடத்தக்கது. அது மட்டுமல்லாமல், பால்ய விவாகம் ஒழிப்பு, விதவைத் திருமணம்

கணவன் இறந்தால் மனைவி உடன் கட்டை ஏறுதல் ஒழிப்பு (சதி ஒழிப்பு) ஆகியவற்றில் விரிவான வாதப் பிரதிவாதங்களுக்குப் பின் அன்றைய பிரிட்டிஷ் ஆட்சியில் உடன் கட்டை ஏறும் சதி ஒழிப்புச் சட்டம் நிறைவேற்றப்பட்டது. பொதுக்கல்வியை அனைவருக்கும் கொண்டுசேர்க்கும் வகையும் நாடெங்கும் பொதுக்கல்வி (மதக்கலப்பில்லாத) உருவாகி வளர்ந்த ஆரிய சமாஜம், பிரம்ம சமாஜம் ஆகியவை இதில் முக்கியப் பங்காற்றின. ஆனால் இங்கு பட்டியல் இன சாதி மக்களுக்கு பிற்பட்ட சாதி விரிவுகளுக்கு கல்வி கற்க அனுமதிக்கவில்லை. அப்போதிருந்த சனாதன ஆதிக்க சக்திகள் இவர்களுக்கு அனுமதி மறுத்தனர். மகாத்மா காந்தி, அண்ணல் அம்பேத்கர், தமிழகத்தில் நீதிக் கட்சி தந்தை பெரியார் போன்றவர்கள் தலைமையில் இருந்த இயக்கங்கள் போராடிய கல்வி உரிமை அரசு வேலைவாய்ப்பில் உரிமை பெற்றுத் தந்ததும் தனி வரலாறு. இதில் கம்யூனிஸ்ட் இயக்கப் பங்களிப்பும் முக்கியமானது. ஆனாலும் பல சீர்திருத்தங்களை கிறிஸ்துவ மத பாதிரிகள் மற்றும் அறிஞர்கள் துணை கொண்டு பல பள்ளிக்கூடங்களை தாழ்த்தப்பட்ட மக்களுக்காக துவக்கினார். இது தொடர்பாக 1999ல் பேராசிரியர் அருணன் எழுதிய தமிழகத்தில் சமூக சீர்த்திருத்தம் 200 ஆண்டு வரலாறு என்பதிலிருந்து ஒருசில பக்கங்களை கீழே காண்க.

தியோசாபிகல் சொசைட்டி

தமிழகத்தில் சமூக சீர்திருத்தத்தை துவக்கியதில் கிறிஸ்துவப் போதகர்களின் பங்கு ஏற்கனவே குறிப்பிடப்பட்டுள்ளது. கிறிஸ்தவம் சாராது அனைத்து மத சமத்துவத்தின் மீது நம்பிக்கை வைத்து இந்தியாவிற்கு வந்து இங்கே சமூக சீர்திருத்தப் பணிகளை மேற்கொண்ட வெளிநாட்டவரும் உண்டு. அமெரிக்காவில் பிறந்த யஹன்ரி ஆல்காட்டும், ரஷ்யாவில் பிறந்த பிளாவட்ஸ்கி அம்மையாரும் அப்படிப்பட்டவர்கள். “தியோசாபிகல் சொசைட்டி” எனப்பட்ட ஓர் ஆன்மீக விசார அமைப்பை 1875ல் இவர்கள் அமெரிக்காவின் நியூயார்க்கில் துவக்கினர். 1879ல் அதனை பம்பாய்க்கு மாற்றினார். 1882ல் சென்னையில் அடையாறுக்கு கொண்டு வந்தனர்.

1883ல் யஹன்றி ஆல்காட்டும் பிளாவட்ஸ்கி அம்மையாரும் தமிழகத்தின் பல நகரங்களுக்கும் விஜயம் செய்தனர். இந்தியாவின் இன்றைய துயரங்களுக்கெல்லாம் காரணம் நான்கு வேதங்களது

உண்மைப் பொருளை மக்களுக்கு எடுத்துச் சொல்லாததுதான் என்று ஆல்காட் கருதினார். எனவே பழைய வேதகாலம் நோக்கித் திரும்புகிற ஒருவகை பழைமைவாத இயக்கமாக இது இருந்தது. நடைமுறையில் இந்து மதத்தைப் புணரமைப்பதாக இருந்தது. எனவே, சமுதாயத்தின் மேல்தட்டு மக்களே இந்த அமைப்பில் பெரிதும் இடம் பெற்றனர். அதே நேரத்தில் அவர்களுக்கு, அடித் தட்டு மக்கள் கடைத்தேற ஏதேனும் செய்ய வேண்டும் என்கிற நல்லெண்ணமும் இருந்தது.

ஆர்.ரகுநாத் ராவ், ஜி.முத்துசாமி செட்டியார், பி.சீனிவாசராவ், டி.கப்பாராவ் போன்றோர் இந்த அமைப்பின் ஆரம்பகால உள்ளூர்த் தலைவர்களாக இருந்தனர். 1884 வாக்கில் தென்னிந்தியாவில் 80 கிளைகளையும் பல ஆயிரம் உறுப்பினர்களையும் கொண்டதாக இந்த அமைப்பு வளர்ந்தது. மக்களோடு நெருங்கிய தொடர்பு ஏற்பட்டபோது இயல்பாகவே சமூகப்பிரச்சனைகளிலும் கவனம் திரும்பியது. குறிப்பாகக் கல்லாமையும் தீண்டாமையும ஆல்காட்டின் நெஞ்சைத் தொட்டன.

சென்னையில் அவர் துவக்கிய "பறையர் பள்ளிகள்" அவரைத் தமிழக வரலாற்றில் என்றென்றும் நிலைத்திருக்கும்படி செய்துவிட்டன.

தாழ்த்தப்பட்டோரின் குழந்தைகளுக்கு கல்வி வழங்குவது பற்றி யாரும் கவலைப்படாத அந்தக் காலத்தில் - அதாவது 1894ல் - அடையாறில் முதல் "பறையர் பள்ளி"யைத் துவக்கினார் ஆல்காட் அதில் 55 பறையர் குழந்தைகளுக்கு கல்வி போதிக்கப்பட்டது. நான்காவது வகுப்புவரை அங்கே இருந்தது. தங்குமிடமும், உணவும் அவர்களுக்கு இலவசமாக வழங்கப்பட்டன. மற்றொரு "பறையர் பள்ளி" 1898ல் பிளாவட்ஸ்கி அம்மையார் பெயரிடப்பட்டு (1892--அவர் காலமாகிவிட்டார்) துவங்கப்பட்டது. 1899ல் தாமோதர் மாவ்லாங்கர் என்பவர் பெயரைத் தாங்கியும், 1902ல் திருவள்ளுவர் பெயரைத் தாங்கியும் மேலும் இரண்டு பள்ளிகள் தொடங்கப்பட்டன. "பிறப்பொக்கும் எல்லா உயிர்க்கும்" என்று கூறிய வள்ளுவர் பெயரில் பறையர் பள்ளி துவக்கப்பட்டது மிகவும் பொருத்தமான விஷயம், அதையொரு வெளிநாட்டார் செய்திருப்பது மிகவும் ஆச்சரியமான விஷயம்.

1901 வரை இந்தப் பறையர் பள்ளிகளில் படித்தவர்களின் எண்ணிக்கை 534ஆக இருந்தது. இதுவே மாணவிகள் மட்டும் 150

பேர். இவர்களுக்காக 16 ஆசிரியர்கள் நியமிக்கப்பட்டிருந்தனர். இவர்களின் தேர்ச்சி விகிதமும் 80 சதவீதத்திற்கு மேலிருந்தது. வாய்ப்புக் கொடுக்கப்பட்டால் வள்ளுவரின் வாக்கை தாழ்த்தப்பட்டோர் குழந்தைகளும் மெய்ப்பித்துக் காட்டுவார்கள் என்பதற்கு இது நல்ல ஆதாரமாகும்.

ஒரு சிறிய பிரசுரத்தை ஆல்காட் வெளியிட்டார். இதை இவ்வாறு முடித்திருந்தார்.

"துன்பத்தில் உழல்கிற, நண்பர்கள் இல்லாது தவிக்கிற நமது சகோதரர்களுக்கு உதவுவது நமது கடமை என்று நம்பினால் இந்த ஏழைப் பறையர்கள் அதற்கு ஏற்றவர்கள். அவர்களுக்குப் பெரிதும் தேவைப்படுவது கல்வி பல்கலைக்கழகக் கல்வி அல்ல. தங்களுக்குத் தாங்களே உதவி செய்துகொள்ளக்கூடிய அளவுக்கான கல்வி 'முதல்படியே முக்கியமானது' என்கிற பிரெஞ்சு பழமொழிக்கு ஏற்ப அவர்களுக்கு இந்த உதவியைச் செய்வோம். அதற்குப் பிரதிபலனாக எவ்வித வெகுமதியையோ, புகழையோ, பலனையோ எதிர்பார்க்க வேண்டாம். நாம் விதைத்து வைப்போம், நமக்குப் பின்னால் வருவோர் அறுவடை செய்யட்டும்."

1907ல் ஆல்காட் காலமாகிவிட... அன்னிபெசன்ட் அம்மையார் (1847- 1933) தியோசாபிகல் சொசைட்டியின் தலைவரானார். பின்னாளில் ஓர் அகில இந்திய அரசியல் தலைவராகப் பரிணமித்த அம்மையார் ஆரம்ப காலத்தில் சமூக சீர்திருத்த விஷயங்களில் தீவிரம் காட்டி வந்தார். 1904ல் "சென்னை இந்து சங்க"த்தில் (Madras Hindu Asssociation) பேசும்போது பெண் கல்வியின் முக்கியத்துவத்தைக் குறிப்பிட்டார். "பாரம்பரிய லட்சியங்களுக்கு ஏற்பவும் அதே நேரத்தில் நவீன தேவைக்கு ஏற்பவும்" பெண்களுக்கு கல்வி புகட்ட வேண்டும் என்றார். பெண்களின் மனதில் குடிகொண்டுள்ள "இந்து தர்மத்தை" பாதுகாத்துக் கொண்டே அவர்களுக்கு கல்வி வாய்ப்பையும் நல்க முடியும் என்று பரிந்துரை செய்வதாக அம்மையாரின் பார்வை இருந்தது. வேதகாலம் நோக்கித் திரும்ப விழைகிற தியோசாபிகல் சொசைட்டியின் சிந்தனைக்கு ஏற்பவே இது உள்ளது. எனினும், அன்றையச் சூழலில் பெண்களுக்கு கல்வி வழங்க வேண்டும் என்று வலியுறுத்தியதே பெரிய விஷயம்தான்.

இந்திய விடுதலைப் போராட்டத்தின் போக்குகள்

காங்கிரஸ் கட்சி உதயம் 1885

பிரிட்டிஷ் இந்தியாவின் 200 ஆண்டு போராட்டமானது பன்மைத்துவ ஒருமைப்பாடு கொண்டதாகவும் பல போக்குள் கொண்டதாகவும் இருந்தது.

ஆரம்ப காலத்தில் பிரிட்டிஷ் ஆட்சிக்கெதிராக போராடியவர்கள் இந்திய சமஸ்தானங்களிலிருந்த குருநில மன்னர்கள். இதில் தமிழ்நாடு முதன்மையானது. வீரன் பூலித்தேவன், மருது சகோதரர்கள், வீரபாண்டிய கட்டபொம்மன், வேதநாச்சியர்கள் வேலூர் முதல் கர்நாடகா வரை ஆண்ட ஹைதர் அலி திப்பு சுல்தான் ஆகியோர் வெள்ளையர்களை எதிர்த்துப் போராடி மடிந்த தியாகத்தை வரலாறு பதிவு செய்துள்ளது. முக்கியமாக 19ஆம் நூற்றாண்டின் துவக்கத்தில் வேலூர் கோட்டையில் திப்பு சுல்தான் படையினருக்கும் பிரிட்டிஷ் ராணுவத்துக்கும் நடந்த முதல் சுதந்திரப் போர், அதன் பின் நடந்த 1857 சிப்பாய் கலகம் மேலும் மொகலாய கடைசி மன்னர் பகதூர்ஷா தலைமையில் ஜான்சி ராணி உட்பட பல இந்து மன்னர்கள் ஒன்று சேர்ந்து போராடிய விடுதலைப் போராட்டம் இந்து-முஸ்லீம் ஒற்றுமையை பறை சாற்றியது.

இதன் தொடர்ச்சியாக 1885ல் காங்கிரஸ் கட்சி உதயமானது. ஆரம்பத்தில் இந்தியர்களுக்கு பிரிட்டிஷ் ஆட்சியில் அரசுப் பணிகளில் சில பல பதவிகளில் பணிபுரிய அனுமதிக்க வேண்டுமென்ற கோரிக்கை கொண்டதாக இருந்தது. 20ம் நூற்றாண்டின் தொடக்கத்தில் அன்றைய காங்கிரஸ் தலைவர்கள், பிரமுகர்கள், பம்பாயில் திலகர், பஞ்சாபில் லாலா லஜபதி ராய், தமிழ்நாட்டில் மகாகவி பாரதி, வ.உ. சிதம்பரனார், சுப்ரமணிய சிவா போன்றவர்கள் விடுதலைப் போராட்ட வீரர்கள் என்பதை நாடறியும்.

காந்தி வருகை

1916ஆம் ஆண்டு மகாத்மா காந்தி தென்னாப்பிரிக்காவிலிருந்து வந்து காங்கிரஸ் கட்சியில் இணைந்து வழிகாட்டினார். அதன் பின் நாடு தழுவிய மக்கள் இயக்கமாக காங்கிரஸ் மலர்ந்தது. காந்தி இந்திய விடுதலைப் போராட்டத்தின் முகமாக இருந்தார். அகிம்சை, சத்யாகிரகம், உண்ணாவிரதம், பாதயாத்திரை போன்ற

வடிவங்களைப் புகுத்தினார். அவர் தலைமையில் நடந்த ஒத்துழையாமை இயக்கம், சட்ட மறுப்பு இயக்கம், வெள்ளையனே வெளியேறு இயக்கம், உப்புசத்தியாகிரகம், தண்டியாத்திரை ஆகியவை பெரும்பாலான மக்கள் இயக்கமாக மாறியது. மகாத்மா காந்தி மிகுந்த கடவுள் நம்பிக்கை கொண்ட ராம பக்தராக வாழ்ந்தார். இந்து மத நம்பிக்கை கொண்டவராக விளங்கினார். அதே சமயத்தில் மதச்சார்பற்றவராகவும் இந்து முஸ்லீம் ஒற்றுமைக்காகவும் மிக அழுத்தமானவராக இருந்தார். இந்து மதத்தில் தாழ்த்தப்பட்டவர்கள் என்று அழைக்கப்பட்டவர்களுக்காக அவர் போராடினார். தீண்டாமை ஒழிப்பை தன் ஆசிரமத்திலிருந்து தொடங்கினார். தாழ்த்தப்பட்டவர்களை அழைத்துச் சென்று இந்துக் கோயில்களில் ஆலயப் பிரவேசம் செய்ய வைத்தார் “ஒரு இந்து என்பவன் கடவுள் நம்பிக்கை இல்லாதவனாக இருக்கலாம். ஆனால் சத்தியத்தை கடைபிடிப்பவனாக இருக்க வேண்டும், கடைப்பிடிக்காதவன் இந்துவாக இருக்க முடியாது” என்றார்.

விடுதலைப் போராட்டத்தில் இந்திய கம்யூனிஸ்ட் இயக்கத்தின் சிறப்பான பங்களிப்பு :

உலக வரலாற்றின் முக்கிய நிகழ்வாக ரஷ்யப் புரட்சியை பார்க்க முடியும். முதலாம் உலகப் போர் (1914-1918) முடிவுக்கு வரும் காலகட்டத்தில் ரஷ்ய ஜார் மன்னன் கொடுங்கோலன் ஆட்சியின் பலவீனமான தன்மையை துல்லியமாகக் கணித்து, உலக நிலைமையையும் கணித்து தோழர் லெனின் தலைமையில் இருந்த ரஷ்ய கம்யூனிஸ்ட் (போல்ஸ்விக்) கட்சி அங்கு புரட்சி நடத்தியது. பலவிதமான சிக்கலை சந்தித்து 1917 நவம்பர் 7ஆம் தேதி புரட்சி வெற்றி பெற்றது. இது ஒரு பொதுவுடமை சமுதாய அமைப்பாகும். மாமேதைகள் காரல் மார்க்ஸ், பிரட்ரிக் ஏங்கல்ஸ் காண விரும்பிய அமைப்பு உலகின் புதுமை. முற்றிலும் உழைத்து வாழும் மக்கள் அரசு அது. அதற்குள் நாம் செல்ல சில பக்கங்கள் போதாது. இந்த நூலின் நோக்கமும் அதுவல்ல. ஆனால் நம் தேசத்தில் அது ஏற்படுத்திய தாக்கம் வலுவானது. இந்த வலுவான தாக்கத்தினால் தான் இந்திய கம்யூனிஸ்ட் கட்சி உதயமானது. வீரம் செரிந்த விடுதலைப் போராட்டத்தில் பங்கு கொண்டிருந்தவர்கள் 1920ம் ஆண்டு இந்திய கம்யூனிஸ்ட் கட்சியை உருவாக்கினார்கள். 7 பேர் கொண்ட முதல் கிளை அமைக்கப்பட்டது. இதை உருவாக்கியவர்கள் எம்.என்.ராய், முகமது ஷாபிக், பிரதாப் சிங், மண்டயம், திருமலை ஆச்சாரியா (பாரதியாரின் நண்பர்),

முகமது ராகூப் உட்பட 7 பேர் அதன்பின் சதக்கத் உள்மானி, முஸாபர் அகமது (வங்கம்) இணைந்தனர். தமிழ்நாட்டில் சென்னைக்கு பாகிஸ்தானிலிருந்து வந்த அமீர் ஹைதர் கான் முதல் கம்யூனிஸ்ட் கட்சி கிளையை தமிழ்நாட்டில் உருவாக்கினார் என்பது குறிப்பிடத்தக்கது. அதைவிட இன்னொரு வரலாற்றுப் புகழ் வாய்ந்தது காங்கிரஸ் கட்சி கூட்டிய மாநாட்டில் ஹஜரத் மொகானி என்ற ஒரு கம்யூனிஸ்ட் தோழர் அவர் இந்தியாவுக்கு பூரண சுயராஜ்யம் வேண்டும் என்ற முழக்கத்தை முன்வைக்கிறார். இதற்குமுன் யாரும் செய்யாததை அவர் செய்தார். இது கம்யூனிஸ்ட் கட்சி பங்களிப்பு மட்டும் என்று சொல்ல முடியுமா? இஸ்லாமிய மக்கள் பிரிவிலிருந்து வந்தவர்களின் இந்திய விடுதலைக்கு முத்திரை பதித்த பங்களிப்பு என்று கொள்ள வேண்டும். இந்திய கம்யூனிஸ்ட் கட்சியை துவக்கியவர்களில் இஸ்லாமியர் பங்களிப்பும் அவர்கள் அந்தக் கட்சியின் தலைமைப் பொறுப்புக்கு வந்ததும் ஆரோக்கியமானது.

நம் தமிழ்நாட்டில் ரஷ்யப் புரட்சி பற்றி பாரதி பாடினார்.

"ஆகா என்றெழுந்தது பார் யுகப் புரட்சி
உருசிய நாட்டில்
மாகாளி கடைக்கண் கண் வைத்தாள்
கலி வீழ்ந்தான் (ஜார் மன்னன்)
கிருதயுகம் (பொதுவுடமை) எழுகமாதோர் என்றான்."

தந்தை பெரியார் :

நீதிக்கட்சி திராவிட இயக்கம் 100 ஆண்டுகள் சீர்திருத்தம் இந்துமத பிராமணிய மேலாதிக்கத்தை, மூடநம்பிக்கை ஒழிப்பு, பெண் விடுதலை, கடவுள் மறுப்பு சம்பந்தமான புரட்சிகரக் கருத்துக்களை விதைத்தார், போராடினார். இதற்கு ரஷ்யப் புரட்சி முக்கியக் காரணமாக இருந்தது என்பதை அவரே கூறியிருக்கிறார்.

மாவீரன் பகத்சிங் (1907-1931)

"காயத்திரி மந்திரம் படித்துக்கொண்டிருந்த நான் இந்தியாவில் ஏழை எளிய மக்கள் படும் துயரையும் உணவுக்கே வழியில்லாமல் செத்து மடியும் ஆயிரக்கணக்கான மக்களைப் பார்த்து மனம் நொந்து கண்ணீர் வடித்தேன், கடவுள் என்ன நீரோ? மன்னரா கடவுள் என்ற ஒருவர் இருந்தால் வேடிக்கை பார்த்துக் கொண்டியிருப்பாரா? இதற்குத் தீர்வு ரஷ்யாவில் நடந்ததுபோல்

முதலாளித்துவத்திற்கெதிரான புரட்சி. அது சோஷலிஸப் புரட்சி" என்று முழங்கினான் இளைஞன் பகத்சிங். இதற்காக புரட்சிகர இளைஞர் அமைப்பை உருவாக்கி செயல்பட்டார்.

சைமன் கமிஷன் எதிர்ப்பு போராட்டத்தில் லாலா லஜபதிராய் கலந்து கொண்டபோது காவல் துறையால் தாக்கப்பட்டு சில மாதங்களில் உயிரிழந்தார். இதற்கெதிராகப் போராடியதிலும் வேறு சில வழக்குகளிலும் மரண தண்டனை வகிக்கப்பட... பகத்சிங் ராஜகுரு சுகதேவ் ஆகியோர் வெள்ளையர் ஆட்சியில் 1931இல் தூக்கு மேடை தியாகி ஆனார்கள். பகத்சிங் எழுதிய 'நான் ஏன் நாத்திகன் ஆனேன்?' என்ற நூலைப் படிக்கும் எவரும் அவர் ஒரு முழுமையான கம்யூனிஸ்ட் என்று கூறுவர்.

அமைப்புகள் உருவாக்கம்

பகத்சிங் வாரிசான இந்திய கம்யூனிஸ்ட் கட்சி, தொழிலாளர் விவசாயிகளை அணி திரட்டினார்கள். அதற்காக பல உழைக்கும் மக்கள் அமைப்புகளைக் கட்டமைத்தார்கள் எ.ஐ.டி.யு.சி. தொழிலாளர் சங்கம் மிக முக்கியத்துவம் வாய்ந்தது. பல்லாயிரக்கணக்கான தொழிலாளர்களை அதில் திரட்டினர். அந்த எ.ஐ.டி.யு.சி. சங்கத்தில் பண்டி நேரு உட்பட பலர் தலைவர்களாக இருந்தனர் என்பது குறிப்பிடத்தக்கது. அதே போன்று விவசாயிகள் சங்கம், மாணவர்கள் கலை இலக்கிய அமைப்புகள் போன்றவை அடங்கும்.

1920 கம்யூனிஸ்ட் கட்சி ஆரம்பிக்கப்பட்ட கொஞ்ச காலத்திலேயே அது பிரிட்டிஷ் ஆட்சியால் தடை செய்யப்பட்டது. அது மூன்று முறை தடை செய்யப்பட்டது. அது மீரட் சதி வழக்கு, கான்பூர் சதி வழக்கு, பெஷாவர் சதி வழக்குகள் ஆகும். அது ராஜசோக வழக்காகப் போடப்பட்டது. இதை எதிர்த்து கம்யூனிஸ்ட் தலைவர்கள் வீர முழக்கமிட்டனர். நீதிமன்றத்தையே பிரச்சார மேடையாக்கினார். நீ யார் எங்கள் மீது வழக்குப்போட? இது எங்கள் நாடு, எங்கள் உரிமை. வெள்ளையர்கள் ஆட்சி நாட்டை விட்டு வெளியேற்றப்பட வேண்டுமென்று கூறினார். இந்தக் காலகட்டத்தில் தலைவர்கள் வெளிப்படையாக இயங்க முடியவில்லை. இதனால் பலர் காங்கிரஸ் கட்சிக்குள் இருந்து செயல்பட்டனர். இதனால் காங்கிரஸ் கட்சிக்குள் இடதுசாரிப் பிரிவு உருவானது. பல காங்கிரஸ்காரர்கள் இடதுசாரிப் பிரிவுக்குள்ளும் பிறகு கம்யூனிஸ்டுகளாகவும் மாறினர். அப்படி

ஒரு இடதுசாரியாக பரிணமித்தவர்தான் பண்டித ஜவஹர்லால் நேரு அவர்கள்.

19ம் நூற்றாண்டு என்பது மாயம் செய்தது போன்ற ஒரு 100 ஆண்டு. இந்தக் காலத்தில் தோன்றிய சிந்தனையாளர்கள், மேதைகள், போராளிகள், கண்டுபிடிப்பாளர்களால் உலக மக்கள் கண்டடைந்த நன்மைகள், முன்னேற்றம், சமூக மாற்றங்களை உலகம் என்றென்றும் பேசிக்கொண்டே இருக்கும். அந்த ஒரு வரிசையில் 19ம் நூற்றாண்டு இறுதியில் தோன்றிய நேதாஜியை நாம் போராளியாகப் பார்க்கிறோம்.

ஆயுதம் தாங்கிய அன்பின் பேருரு

என்ற தலைப்பில் எழுத்தாளர் அ.வெண்ணிலா எழுதிய 'மரணம் ஒரு கலை' என்ற நூலின் ஒரு பகுதியை பார்ப்போமா?

இந்திய சுதந்திர தேவியின் சிலையை எத்தனையோ சிற்பிகள் வடித்தனர். அந்தச் சிலையின் கண்களைத் திறந்தவர் நேதாஜி.

இந்தியா எப்படி விடுதலை பெறவேண்டும் என்ற தீர்க்கமானப் பார்வையுடன் தன் ஐசிஎஸ் பதவியைத் துறந்து, விடுதலைப் போராட்டத்துக்குள் குதித்தார். “வாள் கொண்டு போரிடுபவனுக்கு வாள் மூலம்தான் பதிலளிக்க வேண்டும், ரத்தம் கொடுங்கள், சுதந்திரம் தருகிறேன்” என்ற முழக்கத்துடன் ஆயுதப் புரட்சியைத் தேர்ந்தெடுத்தார்.

அரண்மனை போன்ற வீடும், வீடு நிறைய வேலையாட்களும் பாரம்பரிய செல்வாக்கும் நிரம்பிய காங்கிரஸ் வழக்கறிஞர் ஜானகிநாத் பிரபாவதி தம்பதியின் 14 குழந்தைகளில் 9-வது குழந்தையாகப் பிறந்தவர் நேதாஜி. இந்திய விடுதலைப் போராட்டத்தின் எரியும் தீப்பிழம்பாக வங்கம் இருந்த நேரம். அறிவும் வேகமும் நிரம்பிய நேதாஜிக்கோ ஆன்மீகத்தில் ஈடுபாடு வந்தது. விவேகானந்தர், அரவிந்தர்மேல் உண்டான ஈர்ப்பினால் 18 வயதில் துறவியாக வீட்டைவிட்டு வெளியேறினார். ஆன்மீகக் குருவைத் தேடியதைவிட, நாட்டின் அடிமைத்தளையை விடுவிப்பதே சிறந்த ஆன்மீகம் என்ற புரிதலைத் தந்த தேசத்தின் சூழல், நேதாஜியைப் போராளியாக்கியது.

தந்திரங்களும் சாதுர்யமும் சுரண்டல் போக்கும் கொண்ட ஆங்கில ஏகாதிபத்தியத்தை வெளியேற்ற காங்கிரசும் காந்தியும் முன்னெடுத்த போராட்டங்கள் போதாது என்று நினைத்தார்

நேதாஜி. காற்று சுமந்து செல்லும் தீயின் வேகத்தில் இருந்த நேதாஜி, தன் வேகத்துக்கு ஈடுகொடுக்கக்கூடிய சித்தரஞ்சன் தாஸை அரசியல் குருவாக ஏற்றார். சித்தரஞ்சன் தாஸ் கொல்கத்தா மாநகராட்சியின் தலைவராக இருந்தபோது, 27 வயதில் நேதாஜி கொல்கத்தா மாநகராட்சியின் கமிஷனரானார்.

நேதாஜியின் தீர்க்கமான செயல்பாடுகளும் செல்வாக்கும் அதிகரித்ததால் அச்சமுற்ற ஆங்கிலேயர் நேதாஜியை 12 முறை சிறையில் அடைத்தனர். பர்மாவின் மாண்டலோ சிறையில் இருந்துகொண்டே கொல்கத்தாவில் நடைபெற்ற சட்டப்பேரவைத் தேர்தலில் வெற்றிபெருமளவுக்கு மக்களிடம் நேதாஜியின் செல்வாக்கு அதிகரித்தது.

காந்தியின் எதிர்ப்பை மீறி 2 முறை காங்கிரஸ் தலைவராகத் தேர்ந்தெடுக்கப்பட்டார். காந்தியை 'தேசத் தந்தை' என முதன் முதலில் அழைத்து அன்பு செய்த நேதாஜியினால் காங்கிரசுக்குள் காந்தியின் ஒத்துழைப்பைப் பெற முடியவில்லை. பகத்சிங், சுகதேவ், ராஜகுரு ஆகிய 3 போராளிகளும் தூக்கிலிடப்பட்ட பிறகு, நவ ஜவான் அமைப்பின் தலைவரானார். சித்தரஞ்சன், தாஸுடன் சேர்ந்து சுயராஜியக் கட்சி, காங்கிரஸ் ஜனநாயகக் கட்சி, தமிழகத்தின் முத்துராமலிங்கத் தேவர், சீனிவாச ஐயங்கார் போன்றவர்களுடன் ஃபார்வர்ட் பிளாக் என விடுதலைப் போராட்டங்களை வேகப்படுத்த பல அமைப்புகளை ஏற்படுத்தினார். சிறை வாழ்க்கை அவரின் உடலைப் பலவீனப்படுத்தி காச நோயைத் தந்தது. ஆனாலும் வீடு தீப்பற்றி எரியும்போது அமைதியாகப் பார்த்துக்கொண்டிருக்கும் குற்றவுணர்ச்சி நேதாஜியை விரட்டியது.

25 லட்சம் வீரர்கள் கொண்ட இந்திய ராணுவத்தில் 20 ஆயிரம் ஆங்கில அதிகாரிகளே உள்ளனர். 50 ஆயிரம் இந்திய ராணுவ வீரர்கள் கொண்ட சுதந்திரப் படை இந்தியாவின்மீது படையெடுத்துச் சென்றால், இந்திய ராணுவத்தில் உள்ள வீரர்களுடன் சேர்ந்து ஆங்கில ராணுவத்தை வீழ்த்த முடியும் என்ற முடிவுடன் இந்தியாவைவிட்டு வெளியேற முடிவு செய்தார் நேதாஜி.

இஸ்லாமிய மௌல்வியைப்போல்...

அப்போது நேதாஜி கொல்கத்தாவில் வீட்டுக் காவலில் இருந்தார். தாடியும் மீசையும் வளர்த்துக்கொண்டு இஸ்லாமிய மௌல்வியைப்போல் கொல்கத்தாவைவிட்டு வெளியேறினார்.

கார், ரயில், விமானம் மூலம் டன்பத், டெல்லி, காபூல், தாஷ்கன்ட், ரஷ்யா வழியாக ஜெர்மனி சென்றார். சர்வாதிகாரியான ஹிட்லரைப் பார்த்து ஐரோப்பாவே அச்சத்தில் உறைந்திருந்த நேரத்தில் நேதாஜி, ஹிட்லரிடம் இந்தியாவின் விடுதலைக்கான ராணுவ உதவியைக் கோரினார். இந்தியாவுக்கு அருகில் உள்ள ஜப்பானே அதிகம் உதவ இயலும் என ஜெர்மானிய அரசு நேதாஜியை ஜப்பானுக்கு அனுப்பியது. 3 மாத காலம் நீர் மூழ்கிக் கப்பலிலேயே பயணித்து ஜப்பான் வந்து சேர்ந்த நேதாஜியின் பயணங்கள் சேகுவேராவின் பயணங்களைப் போல் சாகசம் நிரம்பியவை.

ஆங்கிலேயரின் கட்டுப்பாட்டில் இருந்த சிங்கப்பூரையும் பர்மாவையும் கைப்பற்றிய ஜப்பான், 2 நாடுகளையும் நேதாஜியிடம் ஒப்படைத்தது. சிங்கப்பூரில் அமைந்த முதல் சுதந்திர இந்திய அரசுக்கு நேதாஜி பிரதமரானார். தனி ராணுவம், ஆஸாத் வங்கி, செய்திகளைப் பரப்ப பெர்லினில் இருந்தும் டோக்கியோவில் இருந்தும் இயங்கிய வானொலி நிலையங்கள் என நேதாஜி இந்தியாவின் விடுதலையை வேகப்படுத்த ஆயத்தமானார்.

ராணுவப் பிரிவின் கேப்டன்

அந்நிய தேசத்தில் சொந்த தேசத்தின் விடுதலைக்கான கனவுகளுடன் இந்திய தேசிய ராணுவத்தை உருவாக்கினார். ஜான்சிராணி பெயரில் இருந்த பெண்களின் ராணுவப் பிரிவின் கேப்டனாக இருந்தவர் தமிழகத்தைச் சேர்ந்த லட்சுமி சுவாமிநாதன். 1944, மார்ச் 18-ம் நாள் ஆங்கிலேயரை விரட்ட 'டெல்லி சலோ', 'ஜெய் ஹிந்த்' போன்ற உணர்ச்சிமிக்க முழக்கங்களுடன் நேதாஜியின் ராணுவம் இந்திய மண்ணில் கால் பதித்தது.

தாய் மண்ணின்மீது போர் தொடுக்கும் பதற்றமும், தாய் மண்ணை விடுவிக்கவே இந்தப் போர் என்ற தெளிவும் நிரம்பிய படை 18 மாதங்கள் மணிப்பூரின் பல இடங்களைக் கைப்பற்றியபடி முன்னேறியது.

இரண்டாம் உலகப் போரின் திடீர் திருப்பமாக அமெரிக்கா, ஆங்கிலேயருக்கு ஆதரவாகப் போரில் குதித்தவுடன் காட்சிகள் மாறின. ஜப்பான்மீது அமெரிக்கா அணுகுண்டு தாக்குதலை நடத்தி, பின்வாசல் போரைத் தொடங்கியது. பேரழிவைச் சந்தித்த ஜப்பான் 1945, ஆகஸ்ட் 15-ம் தேதி சரணடைந்தது. இந்திய தேசிய ராணுவத்தின் நிலை என்ன என்று எல்லோரும் திகைத்தபோது,

“டெல்லி செல்ல எத்தனையோ வழிகள் இருக்கின்றன” என்றார் நம்பிக்கையுடன் நேதாஜி.

ஐரோப்பிய நாடுகளின் தலைவிதியைத் தன் கைக்குள் வைத்திருக்கும் ஒரே மனிதர் ஸ்டாலின் மட்டுமே என்றெண்ணிய நேதாஜி, ரஷ்யாவின் ஒத்துழைப்பைப் பெறுவதற்குப் புறப்பட்டார்.

பாங்காங்கில் கிளம்பிய விமானம் சைகோன் வழியாக தைவானை அடைகிறது. தைவானில் விமானம் மாறுகிறார்கள். அங்கிருந்து கிளம்பிய போர் விமானத்தில் இருவருக்கு மட்டுமே இடம் இருக்கிறது. நேதாஜியும் அவரின் கர்னல் ஹபிபூர் ரஹ்மானும் மட்டும் செல்கிறார்கள். சுற்றிலும் மலை, கூடுதல் சுமையுடன் மஞ்சூரியா செல்ல மேலேறிய விமானம், நூறடி உயரத்துக்குள்ளேயே தீப்பிடித்துக் கீழே விழுந்து சிதறுகிறது.

தொட்டுவிடும் தூரத்தில்...

வரலாற்றின் போக்கு திசை மாறப்போகும் நேரத்தில் தலைவர்களின் வாழ்வில் குறுக்கிடும் மரணம் எவ்வளவு இரக்கமற்றது?

தொட்டுவிடும் தூரத்தில் வந்துவிட்ட சுதந்திரத்தை எட்டிப் பிடிக்க நினைத்த நேரத்தில் மரணமும் நம் விடுதலைப் போராட்டத்தின் எதிரியாகி நம்மை வீழ்த்த நினைத்தது. ஐரோப்பியக் கண்டத்திலும் தென் கிழக்காசியாவிலும் ஆட்சியில் இருந்தவர்கள் வியந்து பார்த்த ஆளுமைமிக்க தலைவரான நேதாஜி, தீக்காயங்களுடன் மருத்துவமனையில் உயிருக்குப் போராடினார். ஆறடி உயரமும், கவர்ச்சிகரமான வட்ட முகமும், எந்தக் கூட்டத்திலும் தனித்துத் தெரியும் வசீகரமும் நிரம்பிய நேதாஜியை தீ ருசித்துப் பார்த்திருந்தது.

பார்வைக் குறைபாட்டைக் காரணம் காட்டி வங்கத்தின் 49-வது ரெஜிமென்ட்டில் படைவீரனாகக்கூட சேர்த்துக் கொள்ளப்படாமல் வெளியேற்றப்பட்டவர்தான், ஒரு ராணுவத்தையே கட்டமைத்து அதன் ஜெனரல் ஆனார். அவரின் காக்கி நிற ராணுவ உடையும், முட்டி வரை நீண்ட பூட்ஸும், ராணுவத்தின் பெருமையானது. ஆஸ்திரியாவைச் சேர்ந்த எமிலி செனகலுடன் நடந்த திருமண வாழ்வில் அரிதாகவே சேர்ந்து வாழ்ந்தவர், மரணப்படுக்கையில் கிடந்தார்.

நேதாஜியின் தோள் பையில் என்ன இருக்கிறது என்பதை அறிவதில் உடன் இருப்பவர்கள் ஆர்வமாவார்கள். இம்முறை அவரின் தோள் பையில் மரணமே மறைந்திருந்தது. மரணப் படுக்கையில் அருகில் இருந்த கர்னல் ஹப்பீடம், "நான் இறந்து விடுவேன் என்று நினைக்கிறேன். எனது கடைசி மூச்சுவரை போராடியிருக்கிறேன். நமது தேச மக்களிடம் சொல்லுங்கள். நம் நாடு விடுதலை பெறும். பல்லாண்டு காலம் விடுதலை இந்தியா வாழ வேண்டும்" என்று சொல்லும்போதே மயக்கமானார்.

மீண்டும் கண் விழித்த நேதாஜி, "நான் தூங்கப் போகிறேன்" என்றார். ஒரு நாளைக்கு 2 மணிநேரம் மட்டும் தூங்கும் வழக்கம் கொண்ட நேதாஜி நிரந்தரத் தூக்கத்தில் ஆழ்ந்தார்.

நேதாஜியின் விமானம் விபத்துக்குள்ளானதா? விபத்தாக மாற்றப்பட்டதா? நேதாஜி விபத்தில் இறந்தாரா? தப்பிச் சென்று தலைமறைவானாரா? அவரின் இறந்த உடல் என்னவானது போன்ற கேள்விகள் அவர் மறைந்து 73 ஆண்டுகளுக்குப் பிறகும் இன்னும் உயிரோடு இருக்கின்றன. நேதாஜி என்ற புரட்சிப் பறவையை எந்தக் கூண்டும் சிறை வைத்துவிட முடியாது என்ற நம்பிக்கை அவரின் மரணத்தை நம்பச் சொன்னது.

தியாகிகள் மரணிப்பதில்லை என்ற நம்பிக்கை அவரின் மீளெழுச்சியை எதிர்நோக்கியிருந்தது.

நேதாஜியின் படைப்பிரிவில் இருந்தவர்கள் பலர் கம்யூனிஸ்ட் கட்சியில் இணைந்தனர். அதில் ஒருவர் தான் தமிழ்நாட்டைச் சேர்ந்த கேப்டன் லட்சுமி. அது போல ஏராளமான தேச பக்தர்கள் இஸ்லாமியர்கள் என்பதை வரலாற்றிலிருந்து யாரும் மறைக்க முடியாது.

காங்கிரஸ் இயக்கம், கம்யூனிஸ்ட் இயக்கம். நேதாஜி ஐ.என்.ஏ. இயக்கம் மூன்றும் இந்திய விடுதலை என்னும் ஒரு புள்ளியில் இணைந்து நின்று போராடியதைப் பார்த்தோம். ஆனால் நாட்டைப் பிடித்த துரதிஷ்டம் தொடர்ந்தது.

ஆர்.எஸ்.எஸ். அமைப்பும் மக்கள் ஒற்றுமைக்கு எதிரான பிரித்தாளும் போக்கும்

200 ஆண்டுகால பிரிட்டிஷ் இந்தியாவில் நடைபெற்ற விடுதலைப் போராட்டங்களின் மூன்று முக்கியப போக்குகளை பார்த்தோம். அவையெல்லாம் நடைமுறை வேறு வேறாக இருந்தாலும் நோக்கம் ஒன்றாக இருந்தது. அந்நிய ஆட்சியை அகற்ற வேண்டும். இந்தியாவை இந்தியர்களே ஆள வேண்டும் என்ற நோக்கமே மையமாக இருந்தது. ஆனால் R.S.S. என்பது இதற்கு நேரெதிரான கருத்தியல் நோக்கம் கொண்டதாக இருந்தது.

1925ஆம் ஆண்டு செப்டம்பர் அன்று கேசவ்பலிராம் ஹேட்கேவர் இதை துவக்கினார். இவருடன் பாலகிருஷ்ண துவாரம், மூஞ்சே கணேஷ், தாமோதர் சாவர்கர் ஆகியோர் ஆவர். இந்த அமைப்பானது சாஷ்ட்ரீய சுயம் சேவக் ஆகும். தமிழில் தேசிய தொண்டர் அணி என்பதாகும். இதன் நோக்கம் ஆரம்பத்தில் இந்து மதத்தில் உள்ள சாதிய ஏற்றத்தாழ்வுகளை நீக்கி அனைவரும் இந்து என்ற அடையாளத்துடன் ஒன்று சேர்வோம் என்பதாகும். ஆனால் இது உண்மையல்ல. இது பற்றி 1940களில் மத்திய அரசு வெளியிட்ட அறிக்கை இவ்வாறு கூறுகிறது.

R.S.S இந்துக்களிடையே ஒற்றுமையை வளர்ப்பதுதான் தங்களுடைய நோக்கம் என்று கூறுகிறது. ஆனால் நடைமுறையில் அந்த இயக்கத்தவர் அப்படி நடந்து கொள்ளவில்லை. விரும்பத்தகாத அதே சமயம் பயங்கரமான சில நடவடிக்கைகளில் அந்த அமைப்பின் உறுப்பினர்கள் தனிப்பட்ட முறையில் ஈடுபட்டுள்ளனர். பொதுச் சொத்துக்களுக்குத் தீயிடல், சேதப்படுத்துதல் போன்ற சம்பவங்களில் அவர்களுக்குத் தொடர்பிருப்பது தெரிய வருகிறது. சட்ட விரோதமாக ஆயுதங்களைச் சேகரிக்குமாறும் அரசுக்கு எதிரான வெறுப்புணர்வைத் தூண்டி விடுமாறும் காவல் துறை, ராணுவம் ஆகியவற்றுக்குக் கட்டுப்பட மறுக்குமாறும்கூட அவர்கள் கூறுகின்றனர். அவர்களுடைய செயல்பாடுகள் ரகசியமாகவே உள்ளன.

இந்திய அரசு 1949 பிப்ரவரி 4 அரசு அறிக்கை என்று அரசு வெளியிட்ட தடை நடவடிக்கையில் காரணங்கள் விளக்கப்பட்டுள்ளன. ஆர்.எஸ்.எஸ். தன்னைத் திருத்திக்கொள்ள சமுதாயத்துக்காக ஆர்.எஸ்.எஸ். ஆற்றிவரும் தொண்டுகளைப்

பாராட்டினாலும் அதன் ஆட்சேபிக்கத்தக்க செயல்பாடுகளைப் பட்டியலிட்டார். இதற்குப் பிறகு ஆர்.எஸ்.எஸ். அமைப்பு மீதான தடையை விலக்க சில முக்கிய நிபந்தனைகளை படேல் விதித்தார். இந்திய தேசியக் கொடியை மதிப்போம், வெளிப்படையாகச் செயல்படுவோம், அமைதியான பழிமுறைகளிலேயே ஈடுபடுவோம், அரசியல் நடவடிக்கைகளிலிருந்து விலகி நிற்போம் என்பது அந்த நிபந்தனைகளில் சில. ஆர்.எஸ்.எஸ். கலாச்சாரப் பணியில்தான் ஈடுபடும். அரசியலில் ஈடுபடாது என்று ஆர்.எஸ். எஸ். தனது அமைப்பு விதியிலேயே வரையறுத்து 1949ல் படேலிடம் அளித்தது. ஆர்.எஸ்.எஸ். அமைப்பு 4(பி) பிரிவு இதைத் தெரிவிக்கிறது. இதன் பிறகே 1949 ஜூலை 11, ஆர்.எஸ். எஸ். மீதான தடை விலக்கப்பட்டது.

மகாத்மா காந்தி படுகொலை

1925 முதல் 1948 ஜனவரி 30ஆம் தேதி மகாத்மா காந்தி கொலை செய்யப்பட்டது வரை ஆர்.எஸ்.எஸ். அமைப்பு எவ்வாறு செயல்பட்டு வந்தது, 23 ஆண்டுகள் அது எவ்வளவு மோசமான தீவிரவாத அமைப்பாக இருந்தது என்பதைப் பார்த்தோம். காந்தி கொலையில் இந்த அமைப்புக்குத் தொடர்பு உள்ளது என்று கருதி தடை செய்யப்பட்டது என்பதை நாடறியும். கோட்சே எப்படி காந்தியைக் கொன்றான் என்பதை அறிக்கை மேலும் இவ்வாறு கூறுகிறது. கோட்சே, மகாத்மா காந்தியை ஜனவரி 30, 1948 அன்று மாலை நேர காந்தியின் பிரார்த்தனைக் கூட்டத்தில் அவரை மண்டியிட்டு வணங்கியபின் பெரேட்டா என்னும் இத்தாலிய கைத்துப்பாக்கியால் காந்தியின் நெருக்கத்தில் வந்து மூன்று முறை சுட்டுக் கொலை செய்தார். காந்தி இந்தியப் பிரிவினைக்கு ஆதரவாக செயல்படுவதை எதிர்த்து இக்கொலைச் செயல் புரிந்தார். உடனே காவல் துறையினரிடம், தானே சரணடைந்தார். மே 27, 1949ல் நடைபெற்ற வழக்கு விசாரணையின் போது தன் தரப்பு வாதங்களுக்காக அவன் எதிர்த்து வாதாடவில்லை. அவர் தரப்பு வழக்குரைஞர்கள் மிகவும் தந்திரமாக அவரது மனநிலையை காரணம் காட்டி வாதாடினர். இருப்பினும் நவம்பர் 8, 1949 அன்று கோட்சேவுக்கு மரண தண்டனை வழங்கப்பட்டது. அவர் அம்பாலா சிறையில் நவம்பர் 15, 1949 அன்று தூக்கிலிடப்பட்டார்.

கோட்சேயின் வாக்கு மூலம் (தொகுப்பு)

கோட்சேயுடன் வேறு நபர்கள் இந்த வழக்கில் சதிகாரர்களாகக் குற்றம் சாட்டப்பட்டனர். அவர் செய்த செயலில் தனக்கு கூட்டாளிகள் யாரும் கிடையாது எனக் கூறினார். அவருடைய செயலுக்கு அவர் மட்டுமே முழுப் பொறுப்பு என்றும் அவர்களை தன்னோடு குற்றம் சாட்டியிருக்காவிட்டால் எந்த எதிர்வாதமும் செய்திருக்க மாட்டார் என்றும் கோட்சே தனது வாக்குமூலத்தில் கூறினார். முக்கியமாக ஒன்றைக் குறிப்பிட்ட முடியும். காந்தியைக் கொலை செய்யத் திட்டமிட்ட சமயத்தில் கோட்சே ஆர்.எஸ்.எஸ். லிருந்து முன்பே விலகியிருந்தார். நாதுராம் கோட்சே தன் பள்ளியில் 10ஆம் வகுப்பு படித்துக்கொண்டிருந்தபோது காந்தியடிகள் கருத்துகளால் ஈர்க்கப்பட்டு விடுதலைப் போராட்டங்களில் கலந்து கொண்டிருக்கின்றான். அந்த நிலையில் தான் சாவர்க்கரை சந்தித்திருக்கிறான். கோட்சேவின் தந்தை ஒரு தபால் ஊழியர். அவர் பணி இடமாற்றத்தில் ரத்னகிரி சென்றபோது சந்திக்கிறான். அவர் அவனுக்கு 'இந்து என்பவன் யார்? என்று அவர் எழுதிய நூலைக் கொடுத்து வாசிக்க வைக்கிறார். அதன் பிறகு தேச விடுதலைப் போராட்டத்தில் அவன் கலந்து கொள்ளவில்லை. கோட்சே இந்து உயர் சாதிப் பிராமணர் என்பதும் சடங்கு, சம்பிரதாயங்களில் ஈடுபாடு கொண்டவர் என்றும் அறிய முடிகிறது.

காந்தி படுகொலை பற்றி அன்றைய மத்திய கல்வி அமைச்சர் மௌலானா அபுல்கலாம் ஆசாத் விடுதலை வெற்றி என்ற தன் சுய சரிதையில் இவ்வாறு எழுதியுள்ளார். "காந்தி கொலை ஒரு சகாப்தத்தின் முடிவைக் குறிக்கிறது. இந்தப் படுகொலைக்குப் பின் இந்து மகா சபை ஆர்.எஸ்.எஸ். அமைப்பின் தலைவர்கள் மக்கள் முன்னால் வர முடியவில்லை. டாக்டர் ஷியாம் பிரசாத் முகர்ஜி அப்போது இருந்த இந்து மகாசபைத் தலைவர். யூனியன் சர்க்காரின் மந்திரி வீட்டை விட்டு வெளியே வரவே அஞ்சினார். பிறகு மகா சபையிலிருந்து விலகினார். காந்திஜி கொலை செய்வதற்கு விரிவான சதி இருந்தது. இந்தியாவில் வகுப்புவாத விஷம் இவ்வாறு பரவி இருந்ததற்கு கோட்சே ஒரு எடுத்துக்காட்டு. வகுப்புவாத விஷம் எவ்வளவு பெருத்து விட்டது தேசம் முழுவதும் பெரும் துயரத்தில் ஆழ்ந்து விட்டது. ஆனால் பல இடங்களில் மக்கள் சிலர் இனிப்பு வழங்கி கொண்டாடினர். வடஇந்தியாவில் குவாலியர் உஜ்ஜைய்னி நகரங்களில் ஆங்காங்கே

இனிப்புகள் வழங்கி சந்தோஷமாக கொண்டாடினர்" என்று எழுதியுள்ளார்.

தேச விடுதலை பெற்று ஓராண்டு நிறைவடைந்த நிலையில் மதவெறி சக்திகளிடம் மகாத்மா காந்தியை பறிகொடுத்து விட்டோம். அப்பொழுது பண்டித நேரு பிரதமராகவும் சர்தார் வல்லபாய் பட்டேல் உள்துறை அமைச்சராகவும் அண்ணல் அம்பேத்கர் சட்ட அமைச்சராகவும் இருந்தனர்.

இந்திய விடுதலை

நாம் இங்கே நமது தேசம் எவ்வாறு வெற்றி பெற்றது என்பதைப் பார்ப்போம். இரண்டாம் உலகப்போர் நடைபெற்று முடிந்தவுடன் *(1939 - 1944)* சோவியத் யூனியனின் கை ஓங்கியது. கிழக்கு ஐரோப்பிய நாடுகள் பல விடுதலை அடைந்தன. இந்த நாடுகள் சோசலிச பாதையை தேர்ந்தெடுத்தன. பிரிட்டீஷ் காலனியாக இருந்தது வந்த இந்தியா உட்பட பல நாடுகளில் விடுதலைப் போராட்டம் தீவிரமடைந்து வந்தது. இது பிரிட்டீஷ் ஆட்சிக்கு நெருக்கடியை ஏற்படுத்தியது. இதே கட்டத்தில் நமது நாட்டில் இந்திய ராணுவப் பிரிவாள கப்பல் படையில் தேச விடுதலைப போராட்டம் நடைபெற்றது. இது தர்வார் கப்பல்படை எழுச்சி என்று அழைக்கப்பட்டது. அந்தக் கப்பலில் உள்ள மாலுமிகள், வீரர்கள் அந்தக் கப்பலில் காங்கிரஸ் கொடி, கம்யூனிஸ்ட் கட்சி கொடி முஸ்லீம் லீக் கொடிகளைப் பறக்கவிட்டு தங்களிடமிருந்த துப்பாக்கிகளை பிரிட்டிஷ் ஆட்சிக்கெதிராக திருப்பி பிடித்தார்கள். இது பிரிட்டீஷாரை அஞ்ச வைத்தது. இது தொடர்ந்தால் இடது சாரி புரட்சியாளர்கள் கை ஓங்கி விடும் என்று உடனே லண்டனிலிருந்து மவுண்ட் பேட்டன் பிரபு இந்தியாவிற்கு வரவழைக்கப்பட்டு இந்தியாவை காந்தி தலைமையிலிருந்த காங்கிரஸ் கட்சியிடம் அதிகாரத்தை ஒப்படைத்தது. கத்தியின்றி, ரத்தமின்றி இந்தியா சுதந்திரம் அடையவில்லை. மகாத்மா காந்தி தான் சுதந்திரம் வாங்கிக் கொடுத்தார் என்பது உண்மையல்ல. காந்தி பெரும் பங்காற்றினார். ஆயினும் பகத்சிங் தொடங்கி இந்திய கம்யூனிஸ்ட் கட்சி, நேதாஜியின் அரசியல் இயக்கம், இந்திய முஸ்லீம் லீக் கட்சி போன்ற பல்வேறு தேச பக்த இயக்கங்களின் இடைவிடாத போராட்டங்கள், உயிர்த்தியாகங்கள் மூலமே இந்தியாவிற்கு விடுதலை கிடைத்தது. இந்திய விடுதலையில் பங்கேற்காத இயக்கம் இந்து மகா சபா R.S.S. மட்டுமே.

சாவர்க்கரும் ஆர்.எஸ்.எஸ்ஸும்:

"தேச விடுதலைப் போராட்டத்தில் 1911ல் வெடிமருந்து வழக்கில் சாவர்கருக்கு 50 ஆண்டுகள் சிறைத் தண்டனை விதிக்கப்பட்டது. அந்தமான் சிறையில் அடைக்கப்பட்டார். அங்குள்ள சிறைக் கொடுமைகளைப் பார்த்த அவர் இங்கிருக்க முடியாது, எப்படியாவது விடுதலையாகிவிட வேண்டும் என்று எண்ணுகிறார். இதற்காக மூன்று கடிதங்கள் பிரிட்டிஷ் அரசாங்கத்துக்கு எழுதுகிறார். தான் தவறு செய்துவிட்டதாகவும் தன்னை மன்னிக்கும்படியும் தன்னை விடுதலை செய்தால் பிரிட்டிஷ் ஆட்சிக்குத் துணையாக இருப்பேன் என்றும் மூன்று கடிதங்கள் எழுதினார். மூன்றாவது கடிதம் ஆவணப்படுத்தப்பட்டுள்ளது.

இந்தச் சூழலில் சிறையிலிருந்தவாறு ஒரு நூல் எழுதுகிறார். அந்த நூல் 'இந்து யார்?' என்ற நூல் அது. அந்த நூலில் அவர் குறிப்பிடுகிறார். வேதகாலத்தில் முன்னோர்கள் என்ன சொன்னார்களோ அந்த (ஆரியர் பிராமணர்கள்) சனாதனத்தை ஏற்றுக்கொள்கிறவர்கள் யாரோ. பிராமணர்களுக்கு அடிமை என்று யார் ஏற்றுக்கொள்கிறார்களோ அவர்கள் தான் இந்து. இதான் சவர்கர் எழுதிய இந்து யார் என்ற நூலின் சாரம். இது தான் ஆர்.எஸ்.எஸ். இன் தலைவர்கள் வேறு சிலர் சில நூல்கள் எழுதியிருந்தாலும் இது தான் அடிப்படை நூல்.

காந்தியடிகள் ஒரு இந்து மதப்பற்றாளர். சனாதனத்தை ஏற்றுக் கொண்டவர். ஆழ்ந்த ராமபக்தர். சாவர்கர், கோட்சே போன்று இந்து மதப்பற்றாளர்தான். ஆனால் அவர் இந்து மதத்திற்குள். பிராமண சாதி ஆதிக்கத்தை எதிர்த்தார். இந்து, முஸ்லீம் மக்கள் ஒற்றுமையில் உறுதியாக இருந்தார். மேலும் இந்தியா விடுதலை அடைந்தவுடன் மதச்சார்பற்ற ஆட்சி அமைய வேண்டும் என்பதிலும் உறுதியாக இருந்தார். அவர் கூறிய ராமராஜ்ஜியம் என்பது அனைத்து மதப் பிரிவினரையும் உள்ளடக்கியதாக இருந்தது. இந்த சூழ்நிலையில் இந்தியாவை இந்து தேசமாக்க வேண்டுமென்று அறிவித்தார் சாவர்கர். இது பிரித்தாளும் பிரிட்டிஷ் ஆட்சிக்குத் தூபம் போடுவதாக அமைந்தது. பாகிஸ்தான் பிரிவினைக்கு இதுவும் ஒரு காரணமாக அமைந்தது.

ஆக, காந்தியடிகள் உயிரோடுயிருந்தால் தங்கள் லட்சியம் நிறைவேறாது என்று முடிவு செய்து காந்தியடிகளை கொலை

செய்தனர். பிராமணிய ஆதிக்கம். இந்து, முஸ்லீம் ஒற்றுமை, மதச்சார்பற்ற இந்திய ஆட்சிமுறை இம்மூன்றையும் ஒரு புள்ளியில் இணைத்தவர் காந்தியடிகள்.

இந்த மூன்றும் ஆர்.எஸ்.எஸ்.க்கு விரோதமானவை என்பதில் ஐயமில்லை. மேலும் 19ஆம் நூற்றாண்டில் இந்து மதத்துக்குள்ளேயே இருந்து கிளம்பி வந்த சமூக சீர்திருத்தவாதிகள் தயானந்த சரஸ்வதி சாஜராம் மோகன் ராய். ஜோதிபாய் பூலே, சுவாமி விவேகானந்தர், கேரளாவில் ஸ்ரீநாராயண குரு, கர்நாடகாவில் பஸவனார், தமிழ்நாட்டில் ஐயா வைகுண்டர், வள்ளலார், அதன் தொடர்ச்சியாக அண்ணல் அம்பேத்கர், தந்தை பெரியார், அயோத்தி தாச பண்டிதர், ரெட்டைமலை சீனிவாசன் ஆகியோர்கள் போராடினார்கள். தீண்டாமைக் கொடுமை, சாதி ஒழிப்பு இந்துவாக இருக்கும் அனைவரும் சமம் என்ற ஆன்மீக ஒருமைப்பாட்டு உணர்வை விதைத்தனர். இதில் அண்ணல் அம்பேத்கரும் தந்தை பெரியாரும் தனிமுத்திரை பதித்தனர். இந்து மதத்துக்குள்ளே இருந்து வந்த பிராமணீய ஆதிக்கத்தை ஒழிக்க முயன்றனர். இது சாதாரண இந்து உழைப்பாளி மக்களை புதிய நீரோட்டத்தில் பயணிக்க உதவியது.

நாதுராம் கோட்சேவும் இந்தியா குறித்த அவனது பார்வையும் என்ற நூல் கிரேந்திரா கிரேஜா என்பவரால் எழுதி, தமிழில் தோழர் சிந்தன், ஆங்கிலத்திலிருந்து தமிழில் மொழிபெயர்த்துள்ளார். இந்த நூலை வெளியிட்டு பேசிய தொல்.திருமாவளவன் மேற்கண்டவாறு பேசினார். "மக்களை சனாதன பிராமணிய ஆதிக்கத்திலிருந்து வெளியேறிச் சென்று விடாமல் பாதுகாப்பதற்காகத்தான் *R.S.S.* அமைப்பு தொடங்கப்பட்டது" என்று கூறினார்.

19ஆம் நூற்றாண்டின் பிரிட்டிஷ் அரசில் மக்கள் தொகை கனக்கெடுப்பு நடத்தப்பட்டது. அப்போது இந்துக்கள் யார் என்ற கேள்வி எழுந்தது. சர் வில்லியம் ஜோன் என்பவர் யார் முஸ்லீம் இல்லையோ, யார் கிறிஸ்துவர் இல்லையோ யார் பார்சி இல்லையோ அவர்களெல்லாம் இந்து என்று அறிவித்தார். படிப்படியாக பவுத்தம், ஜைன மதம், சீக்கிய மதப்பிரிவு இவையெல்லாம் இந்து மதத்துக்குள் கொண்டுவரப்பட்டு விட்டது. இதைப்பற்றி காஞ்சி பெரியவர் சங்கராச்சாரியார் நல்லவேளை நம்மை எல்லோரையும் இந்து என்று வெள்ளைக்காரன் சொல்லியவுடன் நாம் பிழைத்தோம் என்று அவர் எழுதிய 'தெய்வத்தின் குரல்' என்ற நூலில் எழுதியுள்ளார். மேல்தட்டு

இந்து- பிராமணர் ஆதிக்க சக்திகளுக்கு இது வசதியாக அமைந்தது. ஆர்.எஸ்.எஸ். இதைப் பயன்படுத்திக் கொண்டது.

தோழர் இ.எம்.எஸ். நம்பூதிரிபாட் கட்டுரை :

17, 18, 19ஆம் நூற்றாண்டு பற்றியும் இந்தியா ஏன் அடிமைப்பட்டது என்பது பற்றியும மறைந்த கேரள முன்னாள் முதல்வரும் இந்திய கம்யூனிஸ்ட் இயக்கத்தின் முதுபெரும் தலைவரும் இந்திய தத்துவ ஆய்வாளருமான தோழர் இ.எம்.எஸ். நம்பூதிபாட் அவர்கள் 1993 மார்ச் 31 அன்று எழுதிய ஆழமான ஒரு கட்டுரை இது தீக்கதிர் பத்திரிகையில் வெளிவந்துள்ளது. அவர் கூறுகிறார்:

"புத்தர் வாழ்ந்த காலம் பண்டைய இனக்குழு சமுதாயம் உடைந்து சாதிய அமைப்பு தலையெடுத்துக் கொண்டிருந்த காலமாகும். புதிய அமைப்பின் எதிர்ப்பாளராகவும் வேகமாக உடைந்து வந்த இனக்கு சமுதாயத்தை பாதுகாக்க விரும்பியவராகவும் புத்தர் இருந்தார். பௌத்த தத்துவத்துக்கு எதிரான போராட்டத்திற்கு சங்கரர் முன்னுக்கு வந்தார்.

புத்தர் பாதுகாக்க முயன்ற இனக்குழு சமுதாயத்தைவிட சங்கரர் பிரச்சாரம் செய்த ஜாதிய சமுதாய அமைப்பு பல வகைகளிலும் முன்னேறியது. ஆதிசங்கரரால் பலப்படுத்தப்பட்ட பிரமாண ஆதிக்கம் என்பது அந்த சமுதாயத்தின் சீரழிவாக மாறியது.

தொழில் புரட்சி, அரசியல் புரட்சி, கலாச்சாரப் புரட்சி என்று ஐரோப்பாவில் நிகழ்ந்துகொண்டிருந்தபோது இந்தியா மிகவும் பின்தங்கியிருந்தது. இந்தியாவின் இந்தப் பின்னடைவுதான் பின்னர் இங்கு வந்த ஐரோப்பிய வியாபாரிகள் எல்லாம் நாட்டின் அரசியல் விவகாரங்களில் தலையிடத் துவங்கி பிறகு பல்வேறு ஆட்சியாளர்களுடன் கூட்டு ஏற்படுத்திக்கொண்டு நாடு முழுவதையும் அடிமைப்படுத்த முடிந்தது. இந்த அனுபவத்திலிருந்து பாடங்களைக் கற்றுக்கொண்டு புதிய தலைமுறை ஐரோப்பிய அறிவார்ந்த வழிகாட்டல்களை பின்பற்றத் தொடங்கினர். தொடக்கத்தில் வங்கத்திலும் மற்ற பகுதிகளிலும் தலை தூக்கியதின் முக்கியத்துவம் இதுதான்.

எந்த சங்கரர் சனாகனத்தை தோற்றுவித்தாரோ அந்தக் சமுதாயத்தை தூக்கியெறிய வேண்டுமென்பதுதான் மறுமலர்ச்சி இயக்கத்தின் மையமான நோக்கமாக இருந்தது. 19ஆம் நூற்றாண்டின் ராஜாராம் மோகன் ராய், தயானந்த சரஸ்வதி பின்னர்

வந்த விவேகானந்தர் சாதிய சமுதாயத்தைக் கட்டுவதற்கு ஆதி சங்கரர் எந்த வேதாந்தத்தைப் பயன்படுத்தினாரோ அதே தத்துவத்தை சாதிய சமுதாயத்துக்கெதிராக மக்களைத் திரட்டுவதற்கு பயன்படுத்தினார் விவேகானந்தர்.

கேரளத்தில் சாதிய ஒடுக்குமுறை மூர்க்கமாக தலைவிரித்தாடிய போது இந்த மண் உண்மையிலேயே பைத்தியக்காரர்களின் புகலிடம் என்று கூறினார். சூத்திரர் ஆட்சி வர வேண்டும் என்ற கோட்பாட்டை அவர் முன்வைத்தார். ஒரு ஜனநாயகவாதியாக, சமூகக் கிளர்ச்சியாளராக இந்திய சமுதாய அமைப்பை மாற்ற விரும்பியவராக அவர் திகழ்ந்தார்

அவரும் அவர் தலைமுறையை சேர்ந்தவர்களும் ஆற்றிய பணி அதையடுத்து பொதுவுடமை தத்துவத்தை அடிப்படையாகக் கொண்ட ஒரு நவீன உழைக்கும் வர்க்க புரட்சிகர சோசலிச இயக்கமும் வளர வழி அமைத்துக் கொடுத்தார்."

தோழர் E.M.S. அவர்களின் இந்தக் கருத்து ஆழமாக ஆய்வு செய்யப்பட்ட கருத்து. இதிலிருந்து நாம் சரியான ஒரு முடிவுக்கு வரமுடியும்.

பண்டைய நமது இந்தியாவில் சமூக அமைப்பு வர்க்க ரீதியாக இருக்கவில்லை. அதற்கு பதிலாக ஜாதிய அமைப்பாக கட்டப்பட்டுள்ளது. அதற்குள் கடுமையான சுரண்டல் ஒடுக்குமுறை இருந்து வந்துள்ளது. அடிமை சமுதாயத்தில் நிலப்பிரவுத்துவ (மன்னர் ஆட்சி) அமைப்பு புரட்சி மூலம் மாற்றப்படவில்லை. அது வர்ணாசிரதாமம் மனுநீதி என்ற தத்துவம் புனிதப்படுத்தப்பட்டு அதற்குள் கடவுளின் பேரால் மூட நம்பிக்கை விதைக்கப்பட்டு அதை கீழ்சாதி உழைப்பாளி மக்கள் மீறக்கூடாது என்று கடவுளின் பேராலேயே மனு தர்மத்தின் பேரால் ஏற்றுக் கொள்ளப்பட்டிருக்கிறது பல ஆய்வு நூல்கள் பொதுவெளியில் இருக்கின்றன.

அதேபோல் நிலப்பிரபுத்துவத்தில் பிரிந்து இன்றைய நவீன முதலாளித்துவ சமூக அமைப்பு ஐரோப்பாவில் நடைபெற்றதைப் போல புரட்சி நடைபெறவில்லை. பிரிட்டிஷ் ஏகாதிபத்தியத்தால் 250 ஆண்டுகளுக்கு முன்னால் இந்தியாவில் திணிக்கப்பட்டது. அது சாதிய அமைப்பு முறையை ஒழிக்கவில்லை. மாறாக நிலப்பிரபுத்துவ சாதிய சமூகத்தோடு சமரசம் செய்துகொண்டது. இன்றைக்கும் இந்து மதத்தில் பிராமணிய ஆதிக்கமும் அதன் கீழடுக்கு சாதி முறையும் வலுவாக இருப்பதற்கு காரணம் இந்தப் பின்னணியில்

தான் புரிந்துகொள்ள வேண்டும். இன்றைய நவீன இந்திய சமூக அமைப்பானது ஒரு முதலாளித்துவ, நிலப்பிரபுத்துவ மேலாதிக்க சமூக அமைப்பாக இருக்கிறது என்பதை தலைவர் இ.எம்.எஸ். கட்டுரையிலிருந்து நாம் புரிந்துகொள்ள வேண்டும்.

RSS தலைவர் திரு. மோகன் பகவத் பேச்சு

சமீபத்தில் ஆர்எஸ்எஸ் தலைவர் திரு.மோகன் பகவத் அவர்கள் ஊடகங்களுக்கு அளித்த நேர்கானலில், "ஆயிரம் ஆண்டுகளாக இந்து மதத்தின் மீது அந்நிய மதங்கள் போர் நடத்தி வருகின்றன. அதை முடிவுக்கு கொண்டுவரவேண்டுமென்று" பேசுகிறார். எவ்வளவு விஷம் கக்குகிறார். இது எவ்வளவு பெரிய மோசடி, பித்தலாட்ட அரசியல்.

அப்படியானால் ஐயா வைகுண்டர்; ராமலிங்க வள்ளலார், ஜோதி பாபுலே, நாராயண குரு, விவேகானந்தர், ரவீந்திரநாத் தாகூர், அண்ணல் காந்தி, பண்டித நேரு, அண்ணல் அம்பேத்கர், தந்தை பெரியார் இவர்களால் பிரதிநிதித்துவபடுத்தபட்டவர்கள் யார்? அவர்கள் பெரும்பான்மை இந்து மக்கள்தானே? ஆர்.எஸ்.எஸ். தலைவர் மோகன் பகவத் வகையறாக்கள் இன்றும் அவர்கள் மீதல்லவா நீங்கள் போர் தொடுத்து வருகிறீர்கள்.

இந்து மதத்தில் உள்ள பிற்படுத்தப்பட்ட மக்களுக்கு 1990ல் மண்டல் கமிஷனில் 27 சதவிகித இட ஒதுக்கீட்டை நீங்கள்தானே எதிர்த்தீர்கள். இஸ்லாமியர், கிறிஸ்துவர்கள் இதை எதிர்த்தார்களா? நீங்கள்தானே அதை எதிர்த்து அந்த ஆட்சியையே கவிழ்த்தீர்கள். பாபர் மசூதியை இஸ்லாமியர்களே இடித்தார்களா, பிறகு அவர்களே கலவரம் செய்தார்களா?

இன்றைக்கும் இந்து மதத்தில் உள்ள பிற்படுத்தப்பட்ட மக்கள் தாழ்த்தப்பட்ட மலை சாதி மக்கள் ஒடுக்கப்படுகிறார்களே யார் காரணம்? ஒரு பட்டியலின மலை ஜாதி பிரிவைச் சேர்ந்த திரௌபதி முர்வுவை குடியரசுத் தலைவர் ஆகிவிட்டால் பிரச்சனை தீர்ந்து விட்டதா? காங்கிரஸ் ஆட்சியில் தலித் சமூகத்திலிருந்து மாண்பமை குடியரசுத் தலைவராக கே.ஆர். நாராயணன் இருந்தாரே, அவர் கொள்கை என்ன? இன்றைய திரௌபதி முர்முவின் கொள்கை என்ன? இரண்டும் வேறு வேறு சித்தாந்தம். ஒன்று மதவாத அரசியல், மற்றொன்று மதச்சார்பற்ற அரசியல். இதை இன்றைக்கும் பட்டியலின, பழங்குடியின மக்கள் மேல் ஜாதி இந்துக்களால் தாக்கப்பட்டு வருகிறார்கள்.

கோவிலுக்குள் சென்று சாமி கும்பிடக் கூட பல கோவில்களில் நடை நீடிக்கிறது. வேதம் படித்த இந்து சமயத்தினர் கோவில் கருவறையில் தமிழ்நாடு அரசு ஆதரவிருந்தும் அர்ச்சகராக முடியவில்லை. சமீபத்தில் பழநி கோவில் கும்பாபிஷேக நிகழ்ச்சியில் தமிழ்நாடு அறநிலையத்துறை அமைச்சர் சேகர்பாபு அவர்கள் கலந்து கொண்டார். அதற்கு பி.ஜே.பி எம்எல்ஏ வானதி சீனிவாசன் என்ன சென்னார்? சேகர்பாபு கீழ்சாதிக்காரர் கோவில் கருவறை அருகில் சென்று விட்டார். கோவில் தீட்டுப்பட்டு விட்டது. கோவில் சாமிக்கு குடமுழுக்கு நடத்தி தீட்டைக் கழிக்க வேண்டுமென்று சொன்னார். ஆர்எஸ்எஸ் பிராமணிய மேலாதிக்கவாதிகள் பெரும்பான்மையான இந்து மக்களை சூத்திரர்களாகத்தானே வைத்திருக்கிறார்கள். இதை மக்கள் புரிந்துகொள்ள மாட்டார்களா. மக்கள் எல்லோரும் என்ன எப்போதும் முட்டாள்களாக இருப்பார்களா?

ஆக, மீண்டும் மீண்டும் ஒரு மாதவாத பாசிசக் கோட்பாட்டை விதைப்பதன் மூலம் மக்களை ஏமாற்றிவிட முடியாது.

எல்லா நதிகளும் கடலில் சென்று கலப்பதுபோல எல்லா மதங்களும் கடவுளை நோக்கித்தான் செல்கின்றன என்று விவேகானந்தர் கூறினார். இஸ்லாமியமும், கிறிஸ்துவமும் இந்தியாவுக்கு வந்த பிறகுதான் இந்து மத சீர்த்திருத்தம் துவங்கியது என்று இந்து மதப் பற்றாளர்கள், அறிவுஜிவீகள் பலர் கூறியிருக்கிறார்கள் என்பது வரலாறு கூறும் உண்மை.

இனிவரும் ஒன்றிய அரசு நாடு முழுவதும் சாதிவாரி கணக்கெடுப்பு நடத்தி சமூகங்கள் கல்வியில் வேலைவாயப்பில் பின்தங்கி இருப்பவர்களுக்கு சதவீத அடிப்படையில் இடஓதுக்கீடு வழங்க சட்டம் இயற்ற வேண்டும். இந்துமத உயர் பிரிவினர் சுமார் 5 சதவீதம் இருந்தால் அதே அளவு ஓதுக்க வேண்டும் மற்றவற்றை மற்ற பிரிவினர்களுக்கு பங்கிட்டு கொடுக்க வேண்டும் அரசு வேலைவாய்ப்புக் கல்வியை சமூகநீதியுடன் இது ஜனநாயகப்படுத்தும். இந்துமத பிராமணிய மேலாதிக்கத்தை தடுக்க இது வழி அமைத்துக் கொடுக்கும்.

ஆர்.எஸ்.எஸ்.சும் இஸ்லாமிய வெறுப்பு அரசியலும் :

இதை சற்று விரிவாக நடுநிலையோடு வரலாற்று அறிஞர்கள் கூற்றிலிருந்து பார்ப்போம் 1905 வங்கப் பிரிவினை நடந்தது. வங்கமொழி பேசும் மக்கள் பெரிய தேசிய இனம். அதை

திட்டமிட்டு வெள்ளை அரசு கிழக்கு மேற்காகப் பிரித்தது. இது அரசியல் கொந்தளிப்பு காலம். அதனையொட்டி டாக்காவில் 1906ல் முஸ்லீம் லீக் ஆரம்பிக்கப்பட்டது. இது அப்போது நவாப்புகள் அரசர்கள் வசதி படைத்த இஸ்லாமியர் நலனுக்காக துவங்கப்பட்டது. இதன் தலைவராக ஆகாகான் இருந்தார். இதே காலகட்டத்தில் இந்து மகாசபை துவக்கப்பட்டது. இந்திய விடுதலையில் பங்கேற்காத அமைப்பு இது. இந்து-முஸ்லீம் ஒற்றுமைக்கு வேட்டு வைக்க பிள்ளையார் சுளி போடப்பட்டது. அவ்வப்போது சில வன்முறை சம்பவங்கள், சண்டைகள் இரண்டு தரப்பிலும் உருவாயின. களம் ஓரளவு தயாராகிவிட்டது. 1923ம் ஆண்டிலும், இந்து-முஸ்லீம் மதக்கலவரங்கள் நடைபெற்றன.

இதன் வாரிசாக 1925ல் ஆர்.எஸ்.எஸ். உருவாகி வளர்ந்து வந்தது. அது இந்து தேசியம், இந்தியா, இந்து நாடு என்கிற அறிவிப்பை நாம் சென்ற அத்தியாயத்தில் பார்த்தோம். இதைத் தொடர்ந்து இஸ்லாமியர் மன்னர்கள் இந்தியாவில் படையெடுத்து வந்து இந்துக்களை முஸ்லீம்கள் ஆக்கிவிட்டார்கள் அவர்களை மீண்டும் தாய் மதத்துக்குள் கொண்டுவரவேண்டும் என்று புதிய அஸ்திரத்தை கையிலெடுத்தார்கள்.

இந்தியாவும் இஸ்லாமும்

வெற்றிடத்தை காற்று நிரப்பும். இது இயற்கையின் நியதி. தேவைப்படும் காலத்தின் நிலைமைகள் முதிர்ச்சியடைந்திருக்கும் இடங்களில் வரலாற்று மாற்றம், சமூக மாற்றம் ஏற்படுகின்றன.

நம் தேசத்தில் இஸ்லாம் பரவியது, தேவையான ஒரு கட்டத்தில் நடைபெற்ற ஒரு நிகழ்வே என்று பார்க்கிறோம். இஸ்லாம் மார்க்கம் தோன்றுவதற்கு முன்னரே சில நூற்றாண்டுகளாக இந்தியாவிற்கும் அரேபியாவிற்கும் தூதர்கள், யாத்திரிகர்கள் சென்று வந்திருக்கிறார்கள். பல இந்திய நூல்கள் வானவியல், கணிதவியலைச் சேர்ந்த புத்தகங்கள் அரேபிய மொழியில் மொழிபெயர்க்கப்பட்டன பண்டித நேரு கூறுகிறார் இத்தகைய உறவுகள் வட இந்தியாவிலிருந்து மட்டுமல்ல, தென்னிந்தியாவிலிருந்தும் பேணப்பட்டன என்கிறார். மேற்குக் கரையில் வாழ்ந்த இராஷ்ட்ர கூடர்கள் இவ்வுறவுகளை வளர்த்தார்கள். இவற்றினால் இந்தியாவிற்குள் இஸ்லாம் பரவ வழி கிடைத்தது. கி.பி. 712இல் வடமேற்கு இந்திய பகுதியான சிந்துநதிப் பகுதியில் குடியேறினார்கள். முகமது இபுனுப்ரசிம்

என்னும் வீரர் படையுடன் நுழைந்ததாக வரலாறு கூறுகிறது. பாரசீகம் மற்றும் அரபு நாடுகளில் நடந்ததைப் போலவே இங்கு பண்பாட்டுச் சீரழிவு, ஆன்மீகக குழப்பம், கலாச்சார சீரழிவு, அரசியல் ஒழுங்கு முறை, அறிவு ஜீவிகளின் அராஜகம் இருந்து வந்தன. பௌத்த மதத்துக்கும் இந்து மேல்தட்டு வர்ணாசிபுரம் ஏற்பட்ட மோதல்களில் பொருளாதார சீர்கேடுகளும், குழப்பங்களும் மிகுந்து காணப்பட்டன. இந்திய ஒடுக்குமுறை ஆட்சியாளர்கள் வர்ணாசிரம் (தீண்டாமை) ஆதிக்கத்தைப் புகுத்தினார். இதை எதிர்த்த இந்தப் பகுதி ஜாட் இன மக்கள் இதர விவசாய சக்திகள் உதவியோடுதான் முகமது இபுனுகாசிம் சிந்துப் பகுதியை வெற்றி கண்டார் என்று வரலாறு கூறுகிறது.

இபுனுகாசிம் இந்துமதக் கல்வியாளர்களை பணியிலமர்த்தினார். தங்களது கோயில்களை சீர்படுத்தவும், எப்போதும்போல் தங்கள் சொந்த மதத்தை வழிபடவும் அவர்களுக்கு அனுமதி அளிக்கப்பட்டது. வரிவசூல் செய்யும் பொறுப்பையும் அவர்களே ஏற்றனர். இது போன்ற பரந்த மனப்பான்மையும் இஸ்லாம் பரவ காரணமாக விளங்கியிருக்க வேண்டும்.

இதன் தொடர்ச்சியாக 7-ம் நூற்றாண்டு மத்தியில் ஹர்ஷர் என்னும் மன்னர் மறைவு எய்தினார். இங்கு அரசியல் பிளவு ஏற்பட்டது. பல ஆண்டுகள் ஒரு விதமான சிதைவுப் போககு நம் வட இந்தியப பகுதியில் நிலவியது. குறிப்பிட்ட காலம் வரை பௌத்தப் புரட்சி இதை சரிசெய்து வந்தது. ஏற்கனவே சில மதங்களின் குருமார்கள் நடந்துகொண்டதைப்போலவே இங்கு பௌத்த துறவிகளும் நடந்தனர். இதனால் சீரழிவு இந்திய சமூகம் முழுவதையும் பாதித்திருந்தது. இந்தப் பாதிப்பு முஸ்லீம் மன்னர் படையெடுப்புக்கு வாய்ப்பை வழங்கியது.

கி.பி. 1002 முதல் 1026 வரை கஜினி முகமது 17 முறை இந்தியாவை தாக்கிப் பிடித்ததாக வரலாறு கூறுகிறது. முகமது கோரி பிருதிவி ராஜனை வென்று டில்லி தலைநகரமாக கொண்டு வந்துள்ளது. கஜினியுடன் வந்த அடிமையான குத்புதின் டில்லி சுல்தான் ஆனார். அடிமை அரசன் உருவாக்கிய குதுப்மினார் கட்டிடக் கலையின் அற்புதங்களில் ஒன்று, கஜினியுடன் வந்த அறிஞர் அல்பெருனி பல வரலாற்றுப் பதிவுகளை செய்துள்ளார். 14-ம் நூற்றாண்டு வரை அரபு துருக்கி சுல்தான்கள் ஆட்சி நடந்துள்ளது.

1526 முதல் 1858 வரை மொகலாயர்கள் ஆட்சி தொடங்கியது. டில்லி சுல்தான் ஆட்சியை மொகலாய பாபர் வென்றார். இருவரும் மதத்தால் முஸ்லீம்களே.

எனவே படையெடுப்பு என்பது மதம் சம்பந்தப்பட்டது அல்ல. அது அரசியல் தேவை, சாம்ராஜ்ய விரிவாக்கம் என்பது போன்ற ஆக்கிரமிப்பு தன்மை வாய்ந்தது. அது நிலப்பிரபுத்துவ அமைப்பு முறையில் (மன்னர் ஆட்சிகள்) உலகம் முழுவதும் இவ்வாறுதான் இருந்து வந்துள்ளது. அது அலெக்சாண்டர் முதல் நமது ராஜராஜ சோழன் வரை, உதாரணமாக இதைத்தான் பார்க்க முடிகிறது. ராஜராஜன் இலங்கையை வென்றான் என்பதும், மற்றொரு தமிழ் மன்னன் கங்கையை வென்றான் என்பதும் இதனால் இவன் கங்கை கொண்ட சோழன் ஆனான் என்பதையும் நாம் பார்க்கிறோம்.

பண்டிட் ஜவஹர்லால் நேரு கூறுகிறார் படையெடுத்து வந்த முஸ்லீம் மன்னர்கள் இங்கு நிரந்தரமாகத் தங்கி இந்தியமயமான மதம் கடந்த அரசியல் போர்களை நடத்தினர்.

பாபர் ஒரு மத நல்லிணக்க அரசர் என்று வரலாறு கூறுகிறது. மேலும் இவர் ஒரு கவிஞர். சிறந்த பக்திமான், மனிதநேயம் கொண்டவர். இந்து மக்களோடு மிகவும் நேசமாக இருந்தார். இவரது நினைவுக் குறிப்புகள் பாபர் நாமா என்ற பெயரில் ஆனது. இது இலக்கிய வடிவில் இந்தியாவின் அழகை, தாவர இனங்களை சொல்லுகின்றன.

1528ல் பாபர் அயோத்தி வந்ததின் நினைவாக மீர்பாகி என்ற அதிகாரி ஒரு மசூதியை இங்கு கட்டினார். இது பாபர் மசூதி என்றழைக்கப்பட்டது. இது பற்றிய வரலாற்றை சற்று ஆழமாக பின்னர் பார்ப்போம்.

பாபர் மறைவுக்குப் பின் அவர் மகன் ஹுமாயூன், ஆப்கான் அரசன் ஷேர்கான் என்பவரால் வெல்லப்பட்டு பாரசீகத்தில் தஞ்சம் புகுந்தார். ஹுமாயூன் மனைவி பாலைவனத்தில் ஓர் குழந்தையைப் பெற்றார். இவர்தான் அக்பர்.

அக்பர் மன்னரின் ஆட்சியை வரலாறு சிறப்பித்துக் கூறுகிறது. இவர் சகல மதங்களையும் மதித்தார். மான்சிங் என்பவரை படைத்தளபதியாக்கினார். இந்து-முஸ்லீம் மக்களின் நல்லிணக்கமாக தீன்இலாஹி என்ற புதிய மதத்தை நிறுவினார். இதனால் முஸ்லீம் மக்களின் எதிர்ப்புக்கு ஆளானார். ஆக்ரா கோட்டை, அலகாபாத்

நகரம் இவர் காலத்தில் கட்டப்பட்டன. அக்பர் மகன் ஜஹாங்கீர். அவர் மகன் ஷாஜகான். இவர் காலத்தில் தாஜ்மஹால் கட்டப்பட்டது. இதன் மூலம் இந்தியா உலகப் புகழ் பெற்றது. மேலும் டில்லி, ஜும்மா மசூதி பல சிறப்பு வாய்ந்த கட்டிடங்கள் கட்டப்பட்டன.

இந்திய லட்சியங்களும், பாரசீகத் தூண்டுதலும் கலந்த புதிய கட்டிடக் கலை உருவானது. அதன் விளைவாய் டில்லியிலும் ஆக்ராவிலும், கம்பீரமான அழகிய கட்டிடங்கள் தோன்றின. அவற்றில் மிகவும் சிறப்பு வாய்ந்த தாஜ்மஹால் இந்திய உடலில் ஈரானிய ஆன்மா புகுந்துகொண்டிருக்கிறது என்று 'நான் கண்ட இந்தியா' என்ற நூலில் ஜவஹர்லால் நேரு குறிப்பிடுகிறார்.

இந்தியாவில் தோன்றிய புத்த மதம் சைனாவிலும் தென்கிழக்கு ஆசிய நாடுகளிலும் பரவியது. இலங்கையில் அதுவே பெரும்பான்மை மதமாகும். வரலாற்றின் மத்திய காலகட்டத்தில் ஒவ்வொரு கட்டத்திலும் ஒவ்வொரு நாட்டிலும் உலகம் முழுவதும் இவ்வாறு தான் நடைபெற்றுள்ளது. சமூக வரலாற்று ஆய்வாளர்கள் இவைகளைப் பற்றியெல்லாம் ஏராளமாக எழுதியுள்ளனர். வரலாற்று மத்திய காலம் (கி.பி. 7ஆம் நுற்றாண்டு முதல் 15ஆம் நூற்றாண்டு வரை ஆக முஸ்லீம் மன்னர்கள் படையெடுப்பு என்பது ஆசியா, ஆப்பிரிக்கா, சைனா, ஏன் ஐரோப்பாவில் பிரான்ஸ் வரை நடைபெற்றதைப பார்க்க முடியும். எல்லா மதங்களிலும் மூடநம்பிக்கைகள் இருக்கின்றன. இஸ்லாமிய மதத்திலும், பல பிரிவுகள் உள்ளன. ஒன்றுக்கொன்று முரண்பாடானது. இது சம்பந்தமாக 'இஸ்லாமின் தோற்றமும் வளர்ச்சியும்' என்ற நூலில் அஸ்கர் அலி இன்க்கியா இவ்வாறு எழுதுகிறார்:

"நபிகளின் சிறிய தந்தை அப்பாஸ் வழிவந்தவர்களில் மற்றொரு பிரிவினர் இஸ்மாயிலி என்ற பேரில் இயங்கினார்கள். இது 'யாக்களின் இன்னொரு பிரிவு. குரானில் கூறியுள்ள கருத்துகளை, பொருளைக் கண்டறிவதன் மூலம்தான் மதத்தின் உண்மைப் பொருளைக கண்டறிய முடியும் என்றனர். இதற்கு கிரேக்கத் தத்துவங்களைப் பயன்படுத்தினர். அப்பாசித் கலியாக்கள் அரசு சில நாடுகளை கைப்பற்றியது. இஸ்லாமுக்கு அன்னியமான சிரியா சமூகம், பாக்தாத், ஈரானிய வண்ணம் பூசியது. இயல்பான தன்மையில் நிற்காமல் அது உலகத் தன்மையை பெறத் தொடங்கியது. பாரசீகர்கள் இஸ்லாமுக்கு அந்நியமான பல அம்சங்களை அதில் புகுத்தினார்கள். கிரேக்க இந்திய தத்துவங்களின் செவ்வாக்கில் இது வந்தது.

முத்தஜிலா என்ற இன்னொரு பிரிவு தோன்றியது. அது இஸ்லாமை காரணகாரியத்தோடு தொடர்படுத்தி, பகுத்தறிவைப் பயன்படுத்திப் பார்க்க வேண்டும் என்ற கொள்கையுடையது. இவர்கள் கராமிக் (ஈரான்), ஹமீதுன், ஹிர்மானி, ஹாதிம் மைமூன், அப்ருதா, மய்த்அபலாஹ் பாரசீகர்களும் மற்றும் சிலரும் அதில் அடங்குவர்.

இன்னொரு பிரிவு கராமித்ரா. இது ரகசிய குருஞானம். அதன் மூலம் உயர்ந்த அதிகாரத்துக்கு வர வாய்ப்புண்டு என்கிறது. மேலும் பொருளாதார சமத்துவம். இதன் கொள்கை. இதேபோல் ஹுருஃபிய இயக்கம் இது, மனிதனே எல்லாவற்றுக்கும் அளவு கோல், மதத்துக்கும், தத்துவஞானத்துக்கும் அடிப்படை உள்ளவன் என்கிறது.

ஸூஃப்பியர் இயக்கம், அரபு ஆதிக்கத்திற்கெதிராக உருவானது. இது ஈராக்கில் உருவானது. இது ஒரு பிரச்சார இயக்கம் மற்றும் கலாச்சார இயக்கம் அரசியல் அதிருப்தியாளர்களான பல்வேறு தலைவர்களின் கருத்துப் பிரச்சாரம், சுதந்திரம் இதன் கொள்கை. இலக்கிய விவாதம் மற்றும் பல அம்சங்கள் இதில் உண்டு. மற்றொன்று பாபாகி இயக்கம். பாபாகி என்பவர் தலைமையில் ஈராக்கில் குர்த் இன மக்களின் ஆதரவைப் பெற்றது. அதே போல் மாக்ரீபியர், முஸ்லீம் துருக்கர்கள், மைமூன், செய்யத் போன்ற குலங்கள் சொல்லப்பட்டுள்ளன.” ஆக எல்லா மதங்களும் ஒரே சீரான தன்மை கொண்டவை அல்ல. பன்மைக்குள் பன்மை கொண்டதாக இருக்கிறது. எல்லா மதங்களிலும் மூடநம்பிக்கைகள் உண்டு. இஸ்லாமிய மதத்துக்குள்ளும் மூடநம்பிக்கை காலத்துக்கு ஒவ்வாத போக்குகள் உண்டு. அதை அந்த மதத்துக்குள் உள்ள மக்களே விவாதித்து அதை சரிசெய்து கொள்வார்கள். சரிசெய்து கொள்ள வேண்டும்.

புரட்சிகர மாற்றங்கள்

16ஆம் நூற்றாண்டில் ஜெர்மனியில் பிறந்த கிறிஸ்துவ மதத்தில் தோன்றிய மார்ட்டின் லூதர் அந்த மதத்தை சீர்திருத்தி அமைத்தார். இது ஒரு பெரும் புரட்சி என்றே வரலாறு கூறுகிறது. அதுதான் ஐரோப்பிய மறுமலர்ச்சிக்கும் இன்றைய நவீன சமூக அமைப்பு உருவாக வழிவகுத்தது. 1879ல் நடந்த பிரெஞ்சுப் புரட்சிதான் இன்றைய முதலாளித்துவ ஜனநாயகம், அடுத்து ரஷ்யாவில் நடந்த

1917 புரட்சி இந்தியாவில் பெரும் தாக்கத்தை ஏற்படுத்தியது. நாட்டு விடுதலைக்கு வடிவம் கொடுத்தது.

இந்தியாவில் ஏற்பட்ட மதவாத நச்சு அரசிலையும், இனி வரப் போகும் பாசிச அபாயத்தையும் விட்ட இடத்திலிருந்து தொடங்குவோம். இந்தியா - பாகிஸ்தான் பிரிவினையால் ஏற்பட்ட கலவரத்தின் சூடு தணியாமல் பார்த்துக்கொண்டனர். ஆர்.எஸ்.எஸ். தலைவர்கள் அவ்வப்போது மத மோதல்களைத் தூண்டிவிட்டு வளர்த்தனர். இது இரண்டு பக்கமும் கூர்மையான கத்திபோல, இரண்டு மதப்பிரிவினரும் மோதிக் கொண்டனர். ஒரு மத தீவிரவாதம் மற்றொரு மதத் தீவிரவாதத்தை ஊட்டி வளர்த்து வந்தது.

பாபர் மசூதி பிரச்சனை

இதன் ஒரு பகுதியாக உ.பி. மாநிலம் அயோத்தியில் 400 ஆண்டுகள் பழமையான பாபர் மசூதிக்குள் இரவு நேரத்தில் அபிராமதாசு என்பவர் 1949 டிசம்பர் 22 அன்று ராமர் சிலை ஒன்றை வைத்தார். இது ஒரு திட்டமிட்ட செயல். மறுநாள் காலையில் ராம பிரான் சுயம்புவாக அயோத்தியில் அவதரித்து விட்டார் என்று R.S.S. அமைப்புகள் துண்டுப்பிரசுரம் வெளியிட்டு மகிழ்ச்சியடைந்தனர். அங்குள்ள தினசரிப் பத்திரிகைகள் பெரிய முக்கியத்துவம் கொடுத்து செய்தி வெளியிட்டன. ஆயிரக்கணக்கில் R.S.S. தொண்டர்கள் திரண்டனர். முஸ்லீம்களும் திரண்டனர். கலவரம் ஏற்படுத்த முயற்சி நடந்தது. அங்குள்ள காவல்துறையோ, மாநில அரசோ நியாயமான தீர்வு காணவில்லை. ஆனால் இடதுசாரிகள் கடும் எதிர்ப்புத் தெரிவித்தார்கள். ராமர் சிலையை அகற்றக் கோரினர். பல காங்கிரஸ் தலைவர்கள் மவுனமடைந்தனர். அதே சமயத்தில் பைசாபாத் காங்கிரஸ் மாவட்டச் செயலாளர் ஆச்சாரி என்பவர் R.S.S.-யை கண்டித்து சாகும் வரை உண்ணாவிரதம் என்று அறிவித்தார். வழக்கு நீதிமன்றம் சென்றது. அங்கிருந்த மாவட்ட மாஜிஸ்ட்ரேட் நாயர் என்பவர் R.S.S.க்கு சாதகமாக தீர்ப்பு வழங்கினார். தடையாணை பிறப்பித்து மசூதியைப் பூட்டி சீல் வைக்க உத்தரவிட்டார். இது இஸ்லாமிய உரிமை பறிப்புத் தீர்ப்பாகும். இதே நீதிபதி சில காலம் கடந்து பணி ஓய்வு பெற்ற பின் R.S.S.ல் இணைந்து விட்டார். இந்திய மதவாதத்தை அரசியலின் மையப்புள்ளியாக்கி அயோத்திப் பிரச்சனையை பெரிதாக்கி வளர்த்தனர்.

பாரதீய ஜனசங்கம் 1951 உதயம்

அரசுக்கு எழுதிக கொடுத்த உறுதிமொழி மீறி R.S.S.இன் அரசியல் முகமாக ஜனசங்கம் தொடங்கப்பட்டது. அது செல்வாக்குப் பெறவில்லை. திருமதி இந்திரா காந்தி இருந்தபோது 1975 ஜூன் 26 அன்று இந்தியாவில் அவசர நிலை (எமர்ஜென்ஸி) பிரகடனம் செய்தார். நாடு முழுவதும் பேச்சுரிமை, எழுத்துரிமை இல்லை. இதில் R.S.S. அமைப்பை இந்திரா அரசு தடை செய்தது. தமிழ்நாட்டில் எமர்ஜென்ஸியை கலைஞர் தலைமையில் இருந்த தி.மு.க. ஆட்சி இதை எதிர்த்து சட்டசபையில் தீர்மானம் போட்டது. இதனால் திமுக ஆட்சி டிஸ்மிஸ் செய்யப்பட்டது. இன்றைய தமிழக முதல்வர் மு.க. ஸ்டாலின் உட்பட இந்தியா முழுவதும் மார்க்சிஸ்ட் கட்சித் தலைவர்கள், தோழர்கள் கைதானார்கள். பலர் தலைமறைவு வாழ்க்கை நடத்தினார்கள். 1977ல் அவசர நிலை விளக்கிக் கொள்ளப்பட்டது.

இந்தப் பின்னணியில் ஜெயப்பிரகாஷ் நாராயணன் ஸ்தாபன காங்கிரஸ், சுதந்திரா கட்சி உட்பட நான்கு கட்சிகளை இணைத்து ஜனதா கட்சியை தொடங்கினார். சி.பி.எம் இதை ஆதரித்தது. R.S.S., ஜன சங்கத்தில் இருந்த பலர் ஜனதா கட்சிக்குள் வந்தனர்.

1977ல் காங்கிரஸ் ஆட்சி தோற்கடிக்கப்பட்டது. இந்திராவே தோற்றார். ஜனதா ஆட்சி அமைந்தது. மொராஜிதேசாய் பிரதமரானார். C.P.M. கட்சி வெளியிலிருந்து ஆதரவளித்தது. ஜனசங்கம் ஆட்சியில் பங்கு கொண்டது. வாஜ்பாய் வெளியுறவுத் துறை அமைச்சரானார். R.S.S. உறுப்பினர்கள் ஜனதா கட்சியிலும் உறுப்பினராக இரட்டை உறுப்பினர் அந்தஸ்து கோரினார்கள். இதை மறுக்கவே ஆட்சி 30 மாதங்களில் கவிழ்ந்தது. 1980ல் மீண்டும் காங்கிரஸ் ஆட்சி, இந்திரா பிரதமர். 1984ல் சீக்கிய தீவிரவாதிகளால் பிரதமர் இந்திரா காந்தி படுகொலை செய்யப்பட்டதைத் தொடர்ந்து அவரது மகன் ராஜீவ் காந்தி பிரதமர் பொறுப்பேற்றார். அவசர நிலை காலத்தில் ஜனதா ஆட்சியில் வேர் பிடித்து வளர்ந்த R.S.S. அமைப்பு பாரதீய ஜனதா கட்சியை அதன் அரசியல் முகமாக்கியது (1980).

சாபானு வழக்கு

1980களின் மத்தியில் வட இந்திய முஸ்லீம் பெண் ஒருவர் அவர் கணவரால் விவாகரத்து செய்யப்பட்டார். இதை எதிர்த்து அவர் உச்ச நீதிமன்றம் சென்றார். அவரது மனுவை பரிசீலித்த உச்ச நீதி

மன்றம் சாபானு கணவர் அகமது என்பவர சபானு உயிருடன் இருக்கும் வரை அவருக்கு மாதா மாதம் ஜீவனாம்சம் கொடுக்க வேண்டுமென்று உத்தரவிட்டது.

இதை இஸ்லாமிய மத குருமார்கள், அடிப்படைவாதிகள் ஏற்கவில்லை. ராஜீவ் காந்தியை சந்தித்து பாராளுமன்றம் சட்டத்திருத்தம் செய்து இந்தத் தீர்ப்பை ரத்து செய்யக் கோரினார். இதை ஏற்றுக்கொண்ட ராஜீவ் காந்தி சட்டத்திருத்தம் செய்தார். இது முஸ்லீம்களுக்கு, அடிப்படைவாதிகளுக்கு ஆதரவானது. ஆனால் இடதுசாரிக் கட்சிகள் தீர்ப்பை வரவேற்றன. முற்போக்கான சில முஸ்லீம்கள் தீர்ப்பை ஆதரித்தனர்.

செங்கல் பூஜை

இஸ்லாமிய மக்களின் ஓட்டுக்களைப் பெற ராஜீவ் காந்தி தவறு செய்தார் என்று பிஜேபி, ஆர்எஸ்எஸ் அமைப்பினர்கள் பல்வேறு இயக்கங்களை நடத்தினார்கள். இதன் ஒரு பகுதியாக ராஜீவ் காந்தி இரண்டாவது தவறைச் செய்தார். இந்துக்களை தாஜா செய்ய பாபர் மசூதியை இந்துக்கள் பூஜை செய்வதற்காக பூஜைக்குத் திறந்து விட்டார். இதுதான் இந்து வகுப்புவாத அரசியலின் ஊக்கமருந்து. எல்.கே அத்வானி கதாநாயனாக மாறினார். பிஜேபி-யின் தலைவரானார்.

பாபர் மசூதி இருக்கும் இடம்தான் ராமர் பிறந்த இடம். இது இந்து மக்களின் நம்பிக்கை. இதில் சட்டம் தலையிட முடியாது என்று வாதிட்டார். இந்தியா முழுவதும் செங்கல் கொண்டு வரச் செய்து செங்கல் பூஜை நடத்தினார்.

1989இல் தேசிய முன்னணி ஆட்சிக்கு வந்தது. இதை வெளியிலிருந்து பிஜேபி ஆதரவளித்தது. 1990ல் ராமஜென்மபூமி மீட்புக்காக அத்வானி வட இந்தியாவில் ரத யாத்திரை நடத்தினார். மண்டல் கமிஷன் அறிக்கை அமல்படுத்தப்பட்டது. இந்து மக்களின் பிற்படுத்தப்பட்டவர்களுக்கு 27 சதவீத இடஒதுக்கீடு சட்டமாக்கப்பட்டது. இதை இந்துக்களின் ஏகப் பிரதிநிதி என்று சொல்லிக்கொண்ட பி.ஜே.பி., எதிர்த்தது. அதேபோன்று ராமர கோவில் கட்டுவதற்கு ஊர்வலமாகச் சென்று பாபர் மசூதி இருக்கும் இடத்தை ஆக்கிரமிக்க முயன்றனர். இதற்கு வி.பி.சிங் அரசு தடை விதித்தது. கரசேவர்களை ராணுவத்தை அனுப்பி ஒடுக்கியது. இதனால் வி.பி.சிங் அரசுக்கு கொடுத்து வந்த ஆதரவை பி.ஜே.பி. விலக்கிக் கொண்டது. இதனால்

1990களில் பிரதமர் வி.பி.சிங் ஆட்சி கவிழ்க்கப்பட்டது. இதற்கு காங்கிரஸ் கட்சி துணை போனது. இடையில் சில மாதங்கள் காங்கிரஸ் ஆதரவுடன் சந்திரசேகர் பிரதமரானார்.

1991 ராஜீவ் படுகொலை தமிழ்நாட்டில் விடுதலைப்புலிகள் அமைப்பால் நடந்தது. இது பெரும் அதிர்வலைகளை ஏற்படுத்தியது. சட்டம் ஒழுங்கை காரணம் காட்டி திமுக ஆட்சி கலைக்கப்பட்டது.

பாபர் மசூதி இடிப்பு

கங்கை சமவெளி நகரம் அயோத்தி உ.பி. மாநிலம். அங்கு ராமர் பிறந்த பூமி என்று இந்து மத நம்பிக்கையாளர்கள் கருதி வந்தனர். ராமருக்கு கோயில் கட்டவேண்டுமென்றால் அங்கு எங்கு வேண்டுமானாலும் கட்டலாம்.

ஆனால் பாபர் மசூதிதான் ராமர் கோவில் இருந்த இடம், அதை உடைத்துவிட்டு அதே இடத்தில்தான் கோவில் கட்டுவோம் என்று பி.ஜே.பி., R.S.S. பஜ்ரங்தள் இந்து, முன்னணி ஆசிய சங்பரிவார அமைப்புகள் வலுவான பிரச்சாரம் செய்தனர். இதற்காக நாடெங்குமிலிருந்து கர சேவகர்களைத் திரட்டனர்.

பிரதமர் நரசிம்மராவ் ஆட்சி

அந்த சமயத்தில் தேசிய ஒருமைப்பாட்டு கவுன்சில் கூட்டம் நடந்தது. அதில் மேற்கு வங்க முதல்வர் தோழர் ஜோதிபாசு கலந்து கொண்டு பேசினார். பிரதமருக்கு முழு அதிகாரம் வழங்கப்பட்டது. எந்தக் காரணம் கொண்டும் மசூதியை இடிக்க அனுமதிக்கக் கூடாது. அதை எப்படியாவது பாதுகாக்க வேண்டும் என முடிவானது. அன்றைய உ.பி. பி.ஜே.பி முதல்வர் கல்யாணசிங் மசூதியைப் பாதுகாப்பதாக வாக்குறுதி கொடுத்தார். அப்போது நாட்டின் காங்கிரஸ் (கட்சியின்) பிரதமராக நரசிம்மராவ் இருந்தார்.

பாபர் மசூதி பிரச்சனை சம்பந்தமாக பல வழக்குகள் தொடுக்கப்பட்டு உயர்நீதிமன்றத்திலும் உச்ச நீதிமன்றத்திலும் நிலுவையில் இருந்தள. மசூதியை இடிக்கக் கூடாது என்றுதான் நீதிமன்ற தீர்ப்புகள் இருந்தன.

ஆனால் திட்டமிட்டு R.S.S., பி.ஜே.பி. மற்றும் பல்வேறு இந்து மதவாத அமைப்புகள் செயல்பட்டன. அத்வானியிடம் ஒரு நிருபர் கேள்வி கேட்டதற்கு அநாவசியமாகச் சாதாரணமாக சொன்னார்: ஊர்வலம் ஏன் போகிறோம் என்றால் இப்படி

இருக்கிற செங்கல்லை எடுத்து கொஞ்சம் (அப்படி) தள்ளிவைக்கப் போகிறோம் என்றார். மிக மென்மையானவர் என்று சொல்லப்படும் வாஜ்பாய் பூமி பூஜை நடைபெறும் என்று சூசகமாக கூறினார். ஆக, மசூதியை இடிக்கப்போகிறார்கள் என்று உளவுத்துறைக்கு நன்கு தெரிந்திருந்தது.

இஸ்லாமிய மக்கள் மத்தியில் கடும் எதிர்ப்பும் போராட்டங்களும் நடைபெற்றன. குறிப்பாக இடதுசாரிக் கட்சிகள் மக்களைத் திரட்டி பல போராட்டங்கள் நடத்தினார்கள். அப்போது மேற்கு வங்கம், கேரளம், திரிபுரா ஆகிய மாநிலங்களில் சி.பி.எம். தலைமையில் இடதுசாரி ஆட்சி நடந்தது. பல போராட்டங்களை இடதுசாரி அமைப்புகள் நடத்தின.

1992 டிசம்பர் 6ம் நாள் ஒன்றரை லட்சம் தொண்டர்கள் பாபர் மசூதி அருகில் திரட்டப்பட்டு கொண்டுவரப்பட்டனர். போலீசோ, துணை ராணுவமோ யாரையும் தடுக்கவில்லை. இது பற்றி அப்போது அங்கு செய்தி சேகரிக்கச் சென்ற B.B.C,. நிருபர் சர்மார்க்டூலி அந்த சம்பவம் பற்றி ஒரு செய்தி நிறுவனத்தில் அளித்த பேட்டியில் காவி கொடியுடன் மசூதி அருகில் திரண்டு வந்து விட்டனர். மசூதி மேல் கோபுரத்தில் ஏறி சென்றனர். அப்போது கீழே நின்ற அத்வானி கையை நீட்டி சைகை காட்டினார். அது எதற்கான சைகை என்று புரிந்து கொள்ள முடியவில்லை. கீழே இறங்கத்தான் சைகை காட்டுகிறார்கள் என்று நினைத்தேன். ஆனால் கட்டிடத்தை ஆயுதங்கள் கொண்டு இடிக்கத் தொடங்கினார்கள்.

பகல் சுமார் 3 மணி நேரத்தில் மள மள வென்று கட்டிடத்தை இடித்து தரைமட்டமாக்கி விட்டார்கள். அப்போது போலீஸ், துணை ராணுவப்படை முயன்றிருந்தால் தடுத்திருக்க முடியும். அவர்கள் வேடிக்கை பார்த்துக் கொண்டு நின்றனர். அவர்களுக்கு இதை தடுப்பதற்கான உத்தரவு வரவில்லை என்று கூறினார்கள். ஆனால் இது ஒரு திட்ட மிட்ட சதி என்பது நாடறிந்த உண்மை.

இந்த நேரத்தில் பிரதமர் நரசிம்மராவ் அவருடைய நம்பர் 7ம் எண் ரேஸ்கோர்ஸ் சாலையில் உள்ள அவரது வீட்டில் தூங்கிக் கொண்டிருந்தார் என்று செய்தி ஊடகம் ஒன்று தெரிவித்திருக்கிறது.

மதவெறி பிடித்தவர்களுக்கு உலக தர்மம், நீதி, நேர்மை, சூடு, சொரணை, வெட்கம், மானம் இல்லை. நம்பிக்கை என்ற பேரில் காட்டுமிராண்டித்தனமாக இனி எதுவும் செய்யலாம். இனி எந்த மசூதியையும் இடிக்கலாம். எந்தக் கோயிலையும் இடிக்கலாம்.

இதைத்தான் அப்போதைய ஜனாதிபதி சங்கர்தயாள்சர்மா இந்தியாவின் இரண்டாவது கருப்புத்தாள் இது என்று கூறினார். முதலாவது கருப்பு நாள் காந்தியடிகள் கொலை நடந்த 30.01.1948 என்றார் அவர்.

இந்தியா-பாகிஸ்தான் பிரிவினையின்போது கலவரம் ஏற்பட்டது. அது ஒரு தவிர்க்க முடியாத பிரிவினை. ஆனால் உயிரிழப்புகள் லட்சக்கணக்கில் இருந்தன. இப்போது பாபர் மசூதி இடிப்பு சமயத்தில் சுமார் 4,000 பேர் கொல்லப்பட்டனர். இது மரணங்களைத் தாண்டி மக்களிடையே ஏற்பட்ட மனரீதியான அழுத்தம் அதிகம். ஒரு ஜனநாயகம் மதச்சார்பற்ற நாட்டில் இப்படியும் நடக்க முடியுமா? இடிக்கப்பட்டது மசூதி என்ற கட்டிடமல்ல, மக்களின் இதயம் என்றார் மறைந்த தலைவர் வி.பி.சிங் அவர்கள் இந்தியாவுக்கு ஏற்பட்ட மாறாத களங்கம் இது.

இதைத் தொடர்ந்து 1993ல் பம்பாயில் குண்டுவெடிப்பு மதக்கலவரம் நடைபெற்றன. யாகூப் மேனன், சோட்டா ஷகீல் ஆகியோர் குண்டு வெடிப்பில் சம்பந்தப்பட்டவர்கள் என்று செய்திகள் வந்தன. இதையொட்டி பால்தாக்கரே தலைமையில் சிவசேனா முஸ்லீம் மக்கள் மீது வன்முறை பெண்கள் மீது பாலியல் பலாத்காரக் கொடுமை நடைபெற்றது. இதைத் தொடர்ந்து இதற்காக அமைக்கப்பட்ட ஸ்ரீகிருஷ்ணா கமிஷன் அறிக்கை எப்படி இஸ்லாமிய மக்கள் வன்கொடுமைக்கு ஆளாக்கப்பட்டார்கள் என்று வெளிச்சம் போட்டுக் காட்டியது.

பாபர் மசூதி இடிப்புக்குப்பின் அரசியல் களம் மாறியது. மதச் சார்பு, மதச்சார்பின்மை என்கிற வட்டத்துக்குள் வந்தது. கொடுமை என்னவென்றால் இதன் பிறகு இரண்டு இடம் இருந்த பி.ஜே.பி. கட்சி 80 இடங்களைப் பிடித்தது. அதுவே அதிகமாகி 1998, 1999ல் மத்திய ஆட்சியைப் பிடித்தது. வாஜ்பாய் பிரதமர், அத்வானி துணைப் பிரதமர். சங்பரிவார் கும்பலைச் சேர்ந்தவர்கள் ஆட்டத்தை மேலும் ஆடினார்கள். தமிழ்நாட்டில் அ.தி.மு.க. முதலில் ஆதரவளித்தது. அதன் ஒரே நிபந்தனை அப்போது தமிழகத்தில் ஆட்சியிலிருந்த தி.மு.க. ஆட்சியைக் கலைக்க வேண்டுமென்பதுதான். ஜெயலலிதா இது ஒரு கேவலமான அரசியல் என விமர்சித்தார். வாஜ்பாய் அதை ஏற்கவில்லை. இதனால் ஜெயலலிதா அந்த ஆட்சிக்கு கொடுத்த ஆதரவை வாபஸ் பெற்றார். 13 மாத வாஜ்பாய் ஆட்சி கவிழ்ந்தது. மறுபடியும் 1999ல் தி.மு.க., பி.ஜே.பி.க்கு ஆதரவளித்தது.

தொடர்ந்து கோவை குண்டுவெடிப்பு 2002ல் குஜராத்தில் நடந்த இஸ்லாமிய மக்களை குறிவைத்தும், கோத்ரா ரயில்பெட்டி எரிப்பு சம்பவத்தையொட்டி நடைபெற்றது. அப்போது நரேந்திர மோடி அங்கு மாநில முதல்வராக இருந்தார். திட்டமிட்டு நடத்தப்பட்ட படுகொலை இது என்று ஆதாரங்களை இடதுசாரிக் கட்சிகள், ஜனநாயக இயக்கங்கள் வெளியிட்டன. ஏராளமான போராட்டங்கள் நாடு முழுவதும் நடைபெற்றன. பாபர் மசூதி இடிப்பையொட்டி இந்தியா முழுவதும் மக்கள் ஒற்றுமைப் பேரணி 150 நகரங்களில் நடைபெற்றன. இங்கே குறிப்பிடத்தக்கது.

காங்கிரஸ் ஆட்சி

2004 முதல் 2014 வரை காங்கிரஸ் ஆட்சி மன்மோகன்சிங் பிரதமர் தலைமையில் ஆட்சி நடந்தது. குஜராத் கலவரக்காரர்கள் பலர் மீது நடவடிக்கை எடுக்கப்பட்டது. ஆனால் அது நீர்த்துப் போகின்ற நடவடிக்கையாக இருந்தது. பிஜேபி., R.S.S. இன் மதவாத சக்திகளை எதிர்த்துப் போராடுவதில் காங்கிரஸ் இயக்கம் அப்போது ஒரு மக்கள் இயக்கத்தை கட்டவிழ்த்து விடவில்லை. 10 ஆண்டு ஆட்சியைப் பயன்படுத்தி பி.ஜே.பி.யை சட்ட வளையத்துக்குள் கொண்டு வந்து பாபர் மசூதி இடிப்புக் குற்றவாளிகளாக அத்வானி முரளிமனோகர் ஜோஷி, விநாய்கத்தியார் போன்ற பல மதவெறி அரசியல் வாதிகளை தண்டிக்கத் தவறியது. அப்போது இடதுசாரிக்கட்சிகளின் ஆதரவு இருந்தது. மாறாக, நேரடியாக இடதுசாரிக் கட்சிகளின் தலைமையில் மத்திய ஆட்சி இருந்திருந்தால் என்ன நடந்திருக்கும் என்று சற்று கற்பனை செய்து பார்ப்போம். கோடான கோடி மக்களை அணிதிரட்டி மதச்சார்பற்ற அரசியல் இயக்கங்களை ஒருங்கிணைத்து வலுவான ஒரு அரசியல் மக்கள் இயக்கங்களை நடத்தியிருக்கும் R.S.S., பிஜேபி.

மக்கள் விரோத அராஜகத்துக்கு எதிராக நாடு, நகரம், பட்டி தொட்டி எங்கும் மக்கள் போராட்டங்களை கட்டவிழ்த்துவிட்டு நடத்தியிருப்பார்கள் அது ஒரு அரசியல் விழிப்புணர்ச்சியையும் மக்கள் எழுச்சியையும் உருவாக்கியிருக்கும்.

இந்திய விடுதலைக்கு முன்னாலும் விடுதலைப் போராட்டத்தின் போதும் உருவாகி வளர்ந்து வந்த மதசார்பின்மை, ஜனநாயகம், பொதுவுடமைக் கொள்கை கோட்பாடுகள் உழைக்கும் அனைத்து மக்களுக்குமான ஒரு புதிய சமுதாய அமைப்புக்கு வழி அமைத்துக்

கொடுத்திருக்கும். ஜாதி, மத பேதமற்ற சமூகம், அனைத்து மத நம்பிக்கைகளுக்கும் சமமான உரிமை வழங்குதல், முக்கியமாக அரசியலில் மதம் கலக்காமல் ஊடுருவலைத் தடுத்திட வழி காணப்பட்டிருக்கும். மதவாத அரசியல் இயக்கங்கள் இதனால் தனிமைப்பட்டு போயிருக்கும். சில மதவெறியர்கள் நாட்டை விட்டே ஓடியிருப்பார்கள்.

குறிப்பாக, தோழர் என்.சங்கரய்யா அவர்கள் இது சம்பந்தமான கண்டன உரைகளில் அவர் பயன்படுத்திய வார்த்தைகளின்படி எல்.கே.அத்வானி பாபர் மசூதியை இடித்த சம்பவத்தில் நாட்டை பிளவுபடுத்தினார். மதக்கலவரத்தை உருவாக்கி நான்காயிரம் பேருக்கு மேல் கொல்லப்பட்டனர். இதற்காக அவர் சட்டரீதியாக தண்டிக்கப்பட்டு 40 ஆண்டுகள் சிறைவாசம் அனுபவிக்க வேண்டும் என்று கூறினார். மேலும், 2002 குஜராத்தில் இஸ்லாமிய இனப்படுகொலையை நடத்திய அன்றைய முதல்வர், இன்றைய இந்திய பிரதமர் திரு.நரேந்திரமோடி முறையாக விசாரிக்கப்பட்டு நடுநிலையோடு சட்டரீதியாக விசாரிக்கப்பட்டு தீர்ப்பளிக்கப்பட்டு இருந்தால் இப்போது அவர் சிறை கம்பிகளுக்கு பின்னால் இருந்திருக்கக்கூடும். பிஜேபி ஆட்சிக்கு வருவது தடுக்கப்பட்டிருக்கவும் கூடும்.

இதெல்லாம் இந்திய தேசத்தையும் மக்களையும் நேசிக்கின்ற பொதுவான கொள்கைகளாகும். நடுநிலையான அறிவுஜீவிகளின் உள்ளக்கிடக்கையாகும்.

ஆனால் காங்கிரஸ் கட்சியின் 2004-2014 ஆட்சியை நாம் பரிசீலித்தால் அதில் நடந்த சில அம்சங்கள் 100 நாள் வேலை திட்டம், இஸ்லாமிய மக்களுக்காக அமைக்கப்பட்ட சர்ச்சார் குழு அறிக்கை தாக்கல், வனஉரிமை பாதுகாப்பு சட்டம், தகவல் அறியும் உரிமை சட்டம், அனைவருக்கும் கல்வி அளிக்கும் திட்டம் போன்ற நல்ல திட்டங்கள் உண்டு. பிரதமர் மன்மோகன்சிங் பலமுறை சில கேள்விகளுக்குப் பதிலளிக்கும்போது நாடாளுமன்றத்தில் கம்யூனிஸ்ட்டுகள் தேச பக்தர்கள், அவர்கள் கருத்தை நிராகரிக்க முடியாது என்று பேசினார். அதன் விளைவே நாம் மேலே விவரித்த சில மக்கள் நலத்திட்டங்கள்.

என்றாலும் நாடாளுமன்றத்தில் வலுவான எதிர்கட்சியாக பி.ஜே.பி இருந்தார்கள். ஊழல் பிரச்சனைகளுக்காக நாடாளுமன்றத்தை பல முறை முடக்கினார்கள்.

ஊழல் புகார்களை மையப்படுத்திப் பேசினார்கள். அதில் சில உண்மைகளும் இருந்தன. இதனால் மன்மோகன்சிங் அரசால் தமிழ்நாட்டு நாடாளுமன்ற உறுப்பினர்கள் அ.ராசா, கனிமொழி உள்ளிட்ட சிலர் சிறை செல்ல நேர்ந்தது. பிறகு அவர்கள் குற்றமற்றவர்கள் என விடுதலை ஆனார்கள். காங்கிரஸ் கட்சிக்குள்ளே சிலர் R.S.S., பி.ஜே.பி மனநிலை கொண்டவர்கள் இருந்தனர். காங்கிரஸ் கட்சிக்குள் பாரம்பரிய நேரு குடும்பத்தைச் சேர்ந்தவர்கள் இன்னும் சில மேல்மட்டத் தலைவர்கள் மதச்சார்பின்மையில் உறுதியானவர்கள். ஆனால் இன்னும் சிலர் மேல்தட்டுப் பிராமணர்கள் மென்மையான இந்துத்துவவாதிகளாக இருந்தனர். இதனால் காங்கிரசின் மதச்சார்பற்ற அடித்தளம் அரிக்கத் தொடங்கி ஆட்டம் காண தொடங்கியது.

மேலும் அரசியல் பொருளாதாரக் கொள்கைகள் பெருமுதலாளிகளை, அந்நிய கார்ப்பரேட்டுகளை ஆதரிப்பதாக இருந்தது. இது ஏழை-எளிய சாமானிய மக்களைப் பாதிப்பதாக இருந்தது. அதுபோல் வெளிநாட்டுக் கொள்கையில் அணுசக்தி ஒப்பந்தம் உள்ளிட்டவைகளில் அமெரிக்கா சார்புநிலையாக இருந்தது.

இடதுசாரிக் கட்சிகளுக்கும் மன்மோகன்சிங் அரசுக்கும் அணுசக்தி ஒப்பந்த மசோதாவில் கருத்து வேறுபாடுகள் ஏற்படவே, இடது சாரிகள் ஆதரவை வாபஸ் பெற்றன. உடனே பி.ஜே.பி., அமெரிக்கா வற்புறுத்தி வந்த அணுசக்தி ஒப்பந்தத்துக்கு நாடாளுமன்றத்தில் ஆதரவு தெரிவித்தது. இதெல்லாம் பி.ஜே.பிக்கு சாதகமாக இருந்தது.

2014 - 2019 ஒன்றியத்தில் பிஜேபி ஆட்சி

2014 தேர்தலில் பிஜேபி குஜராத் முதல்வர் மோடியை நாட்டின் பிரதமர் வேட்பாளராக களமிறக்கியது. அத்வானியை ஓரம் கட்டி R.S.S. புதிய முகத்தை அறிமுகம் செய்தது. குஜராத் வளர்ச்சி மாடல் அரசு என்று அஜண்டா போடப்பட்டது. அது பல வாக்குறுதிகளை அள்ளி விட்டது. ஆண்டுக்கு 2 கோடி பேருக்கு வேலை தருவோம். வெளிநாட்டில் உள்ள இந்தியாவுக்குச் சொந்தமான பணத்தை மீட்டு நாட்டுமக்கள் ஒவ்வொருவருக்கும் 15 லட்ச ரூபாய், வங்கிக் கணக்குகளில் போடுவோம் என்று வாக்குறுதி கொடுத்தார்கள். மோடி பெரிய பிம்பமாக கட்டமைக்கப்பட்டார். கார்ப்பரேட் முதலாளிகள் துணை நின்றார்கள்.

மோடி ஆட்சி

தேசத்தின் வளர்ச்சி, மக்கள் முன்னேற்றம் என்பதே தாரகமந்திரமாகி ஆட்சியை பிடித்தார்கள். ஆனால் ஆட்சிக்கு வந்த சில ஆண்டுகளிலேயே மக்களைப் பாதிக்கும் திட்டங்களைக் கொண்டுவந்தார்கள். மானியம் வெட்டு, கியாஸ் விலை உயர்வு, பணமதிப்பிழப்பு நடவடிக்கை, ஜி.எஸ்.டி. வரிக்கொள்கை, சிறுபான்மை மக்கள் வெறுப்பு அரசியல், நீட் தேர்வு, உணவு, உடை, நாகரீகம் எல்லாவற்றிலும் இந்துத்துவா என்ற சிந்தனையைப் புகுத்தினார்கள். உதாரணமாக மாட்டுக்கறி சாப்பிடக் கூடாது. ஆங்காங்கே முஸ்லீம் மக்களை அச்சுறுத்தும் நடவடிக்கை நடந்தது. மோடி ஆட்சிமேல் மக்கள் கடும் கோபத்தில் இருந்தார்கள்.

2019ல் பிஜேபி கட்சி தோற்க்கடிக்கப்படும் என்ற நிலை இருப்பதாக அரசியல் நோக்கர்கள் கருத்து தெரிவித்தனர். இந்தக் கட்டத்தில் களத்தை திசை மாற்றினார்கள். காஷ்மீர் அருகில் இருந்த புல்வாமா என்ற இடத்தில் ராணுவப் போர் வீரர்கள் வாகனத்தில் வெடிகுண்டு வெடித்து 40 பேர் உயிரழந்தனர். இது பாகிஸ்தான் சதி வேலை என்று இந்திய அரசு கூறியது. இது ஒரு உணர்ச்சிமயமான பிரச்சனை, தேசத்துக்கு ஆபத்து, அனைவரும் ஒன்றிணைவோம். இதற்கு மோடிதான் மீண்டும் பிரதமராக வேண்டும் அவர் தான் நாட்டைக் காப்பாற்றக் கூடியவர் என்று பெரும் பிரச்சாரம் கட்டவிழ்த்து விடப்பட்டது. இதில் பல கேள்விகள், சந்தேகங்கள் மோடி அரசு மீது பலருக்கும் இருந்தது.

இதுபற்றி இப்போது 2023 ஏப்ரல் மாதம் அதிர்ச்சியளிக்கும் செய்தியை அப்போதைய காஷ்மீர் ஆளுநர் மோடியின் நம்பிக்கையானவர் திரு.சத்யபால் மாலிக் வெளியிட்டுள்ளார்.

'வயர்' என்னும் இணைய இதழில் பிரபல பத்திரிகையாளர் கரண்தாப்பருக்கு அளித்த நேர்காணலில் 2019 பிப்ரவரி 14ம் தேதி இந்திய ராணுவ வீரர்கள் 40 பேர் பாகிஸ்தான் குண்டுவெடிப்பில் மரணம் அடைந்தனர். ஜம்முவிலிருந்து ஸ்ரீநகர் செல்லும் 78 கிலோ மீட்டர் தூரம் 2,500 ராணுவ வீரர்கள் தரை வழியாகச் செல்ல வேண்டாம். 5 விமானங்கள் வேண்டுமென்று உள்துறை அமைச்சரிடம் கேட்டேன், தரவில்லை. பாதுகாப்பு அதிகாரி ஆலோசகர் அசோக் தோவலும் ஒத்துழைக்கவில்லை. 78 கிலோ மீட்டர் தூரம் 8 லிங் ரோடுகள் உள்ளன. இந்தப் பகுதியில் 300 கிலோ ஆர்.டி.எஸ். வெடிமருந்துகளுடன் பாகிஸ்தான் கார் ஒரு வாரம் சுற்றி வந்துகொண்டிருந்தது. இதையும் அவர்கள் கண்டு

கொள்ளவில்லை. இதன் காரணமாக 40 வீரர்களை நாம் இழந்து விட்டோம்.

இந்தச் சமயத்தில் பிரதமர் மோடி ஒரு சூட்டிங்கில் இருந்தார். அவரை நான் தொடர்புகொண்டேன் பேச முடியவில்லை. பிறகு பிரதமரே தொடர்புகொண்டார். அவரிடம் நான் நடந்த குண்டுவெடிப்பு சம்பவத்தை விளக்கினேன். இது நம்முடைய உளவுத்துறையின் தோல்வி என்று சொன்னேன். அதற்கு பிரதமர் இது பற்றி யாரிடமும் எதுவும் பேசக் கூடாது என்று என்னிடம் கூறினார் என்றார்.

“அவர்கள் விமானம் கொடுத்திருந்தால் அந்த வீரர்களை காப்பாற்றி இருக்க முடியும்.

இதன்மேல் கேள்வியெழுப்பிய கரன்தாப்பர் “அதாவது நம்மிடம் மிகுந்த தவறை சரி செய்வதை விட இந்த கோர சம்பவத்தை பாகிஸ்தான் நம்மீது போர் நடத்தவும் அதன் மூலம் தேர்தல் ஆதாயங்கள் அறுவடை செய்யவும் பயன்படுத்திக் கொண்டனர் என்கிறீர்களா?”

“ஆம். மிகச் சரியாக அதுதான் நடந்தது” என்று கூறினார். சத்யபால்மாலிக்.

இது சம்பந்தமாக பிரபல மூத்த பத்திரிகையாளர், ஊடகவியலாளர் ஆர். மணி அவர்கள் சமூக வலைதளம் ஒன்றுக்குப் பேட்டியளிக்கையில் 40 ராணுவ வீரர்கள் ரத்தத்தில் நீந்தி சென்று 2019 பாராளுமன்றத் தேர்தலில் வெற்றியடைந்தார்கள். ஒவ்வொரு தேர்தல் பிராச்சாரக் கூட்டங்களிலும் மோடி என்ன பேசினார் என்றால் நீங்கள் வாக்களிக்கப் போகும்போது நமது ராணுவ வீரர்களின் தியாகத்தை நினைத்துப் பார்த்து வாக்களியுங்கள் என்று கூறினார். 2008 நவம்பர் 26 அன்று பாகிஸ்தான் பாம்பாயில் நடத்திய குண்டுவெடிப்புச் சம்பவம், 2016ல் பதான்கோட் விமான நிலையத் தாக்குதல் சம்பவங்களின் விசாரணை அறிக்கை பொது வெளியில் வைக்கப்பட்டது.

ஆனால் 2019 பிப்ரவரி 14 தாக்குதல் சம்பவம் ஏன் இன்னும் பொது வெளியில் வைக்கப்படவில்லை யாருக்கும் தெரியாது என இது சம்பந்தமாக கேள்வி எழுப்பவேண்டிய மெயின் ஸ்டீம் மீடியாக்கள் ஏன் இதைக் கேள்விக்குள்ளாக்கவில்லை? “மோடி அரசின் காலடியில் வீழ்ந்து கிடக்கும் இந்த ஊடகவியாலாளர்கள் கேவலமானவர்கள், பணத்துக்கும் பதவிக்கும் மோடியின் காலடியில் வீழ்ந்து கிடக்கின்றனர். இந்தச் சமயத்தில் நான் ஒரு

பத்திரிகையாளராக இருப்பதற்கு வெட்கப்படுகிறேன்” என்று மிகவும் வேதனையுடனும் ஆவேசத்துடனும் கூறினார்.

அண்ணல் காந்தியடிகளை சுட்டுக் கொன்ற கோட்சேவை தேச பக்தர் என்று கொண்டாடுபவர்களல்லவா இவர்கள். உண்மையான தேசபக்தர்களான நம் 40 ராணுவ வீரர்களை பாகிஸ்தான் ராணுவத்தினர் சொல்வதற்கு காரணமாகி இருக்கிறார்கள். இன்றைக்கும் நம் தேசத்துக்கு ஒரு ஆபத்து என்றால் மக்கள் வீறுகொண்டு எழுவார்கள் இதை நன்றாக கணக்குப் போட்டவர்கள்.

இன்றைய கோட்சேவின் வாரிசுகள் தங்களுக்கு சாதகமாக பயன்படுத்திக் கொண்டார்கள். 2019ல் தேர்தல் வெற்றி தேசவிரோதச் செயலை தேசபக்தியாக மாற்றிய வெற்றி.

தேசப்பற்று என்பது எவ்வாறு மனிதர்களிடம் உருக்கொள்கிறது

ஒரு சாமானியன், சாதாரண அரசியல் புரிதல் உள்ளவரையும் எப்படி தேசப்பற்று ஆட்டிப் படைக்கிறது. ஒரு நல்ல குடும்பம், நல்ல தாய், தந்தையால் பெற்று ஒரு குறிப்பிட்ட அரசியல் சமூகச் சூழ்நிலையில் வளர்க்கப்படும் இரண்டு பிள்ளைகளான ஆண், பெண் இருவருக்கும் அவர்களுக்கான ஒரு சரியான எதிர்காலத்தை உருவாக்கிக் கொடுக்கும். தாய், தந்தைமேல் அந்தப் பிள்ளைகளுக்கு அளவு கடந்த அன்பும் நேசிப்பும் இருக்கும். உயிரோடு, உணர்வோடு கலந்ததாக அது இருக்கும். தேசப்பற்றும் அது போல்தான்.

நமது நாட்டு அரசியல் பால பாடம். நாம் 200 ஆண்டுகள் பிரிட்டிஷ் காலனி ஆட்சியிலிருந்து பல கட்ட போராட்டத்துக்குப் பின் விடுதலை பெற்றோம். தேச விடுதலைக்காக தன் உடல் பொருள், ஆவி அத்தனையும் தியாகம் செய்தவர்களைப் படிக்கிறோம் அல்லது பொதுப் புத்தியில் கேள்விப்படுகிறோம். இது நமக்குள் ஒரு ஆளுமையை உண்டாக்குகிறது.

இருநூறு ஆண்டுகளில் நாம் முன்பு பார்த்த அத்யாயங்களில் கண்டோம். இப்படிப்பட்ட செய்திகளை உள் வாங்கிக் கொள்ளும் கேட்டுத் தெரிந்துகொள்ளும் மனிதர்களே ஆகப் பெரும்பான்மையோர் அவர்களுக்கு அந்தத் தலைவர்கள்மேல், தேசத்தின் மேல் கட்சிகளுக்கு அப்பாற்பட்டு தேசப்பற்று உருவாகி வளர்கிறது. அது உருக்கொண்டு தேவைப்படும்போது வினையாற்றுகிறது.

சேகுவேரா

உலகப் புரட்சியாளர் வரிசையில் சேகுவேரா முன்னிலையில் இருப்பவர் சேகுவேரா. அமெரிக்காவில் உள்ள அர்ஜெண்டினா நாட்டில் பிறந்தவர். கியூபா புரட்சியில் பிடல் காஸ்ட்ரோவிடம் இணைந்து சில ஆண்டுகள் புரட்சி செய்தவர். கியூபா விடுதலையும் சமத்துவ சமூக அமைப்பும் ஒட்டிப் பிறந்த இரட்டைக் குழந்தைகள். வெற்றி பெற்ற கியூபாவின் ஆட்சி தலைமைப் பொறுப்பில் சில காலம் இருந்தவர். 1960களில் பக்கத்து நாடு பொலிவியா அமெரிக்காவில் அடிமைக்குள்ளாக்கப்பட்டிருந்தது. அந்த நாட்டு விடுதலைக்காக அந்தப் பதவியைத் துறந்து அங்கே தலைமறைவாகச் சென்று ஆயுதங்தாங்கினார். அமெரிக்கா CIA உளவுப் பிரிவுக்கு இது தெரிந்து விடுகிறது. அமெரிக்க உளவுத் துறையால் அவர் கொல்லப்படுகிறார்.

இன்று உலக நாயகனாக எல்லா இளைஞர்களுக்கும் ஓர் உந்துசக்தியாக திகழ்கிறார். பல புதிய இளைஞர்களை அவர் சார்ந்த இயக்கங்கள் உலகம் முழுவதும் திரட்டுகிறது, போராடுகிறது. ஒரு இளைஞன், ஒரு நல்ல தலைவன், போராளி, ஒரு சாதாரண மனிதனுக்குள் தேசப்பற்று, கொள்கைப் பற்று, லட்சியம் ஆகிய பரிமானங்களை கொண்டுவந்து சேர்த்துவிடுகிறது. போராளி சேகுவேராவிடம் ஒரு நிருபர் உங்கள் தாய்நாடு எது என்று கேட்டார். அதற்கு சேகுவேரா சொன்னார்: “எந்த தேசம் அந்நியனுக்கு அடிமைப்பட்டுக் கிடக்கிறதோ அந்த தேசம்தான் என் தாய்நாடு” என்றார். எப்பேர்பட்ட பிரகடனம்.

என் சொந்த அனுபவம்

மிக மிகச் சாதாரண சினிமா பட ரசிகன் நான். 1950கள் இறுதி தொடங்கி 70கள் முடிய பல திரைப்படங்களை எங்கள் ஊர் கிராம டென்ட் கொட்டகையில் பார்ப்பேன். அப்படிப் பார்த்த படம் தான் 'வீரபாண்டிய கட்டபொம்மன்.' அது சிறு வயதில் ஒரு ரசிப்பு தன்மை, வசனம், பாடல்கள் நடிப்பு என்றுதான் பலமுறை பார்த்து இருக்கிறேன். 1970களின் மத்தியில்தான் அது ஒரு உண்மைக் கதை. பிரிட்டிஷ் ஆட்சிக்கு அடிபணிய மறுத்து, வரி கொடுக்க மறுத்து தூக்கு மேடையில் கொல்லப்பட்டான். விபரம் தெரிய வருகிறது. மேலும் 50க்கும் மேற்பட்ட தடவை பார்த்தேன். என்னுள்ளே இனம் புரியாத ஒரு பற்று உண்டாயிற்று அது தேசப்பற்று. தமிழ் மொழிப்பற்று, தமிழ்நாட்டின் மீது பற்று.

இதன் தொடர்ச்சியாக சிவாஜி ரசிகனானேன். அதனைத் தொடர்ந்து 'கப்பலோட்டிய தமிழன்' படத்தையும் ஆர்வமுடன் பார்த்தேன். அது மிகவும் துன்பப்படுத்தி விட்டது. அன்றைய திருநெல்வேலி மாவட்டத்தில் ஓட்டப்பிடாரம் உலக நாதப் பிள்ளையின் மகனாக பிறந்த வ.உ.சிதம்பரம் பிள்ளை பெரிய செல்வச் சீமான், வழக்கறிஞர், மிகுந்த தேச பக்தர். அரசின் அடக்குமுறைகளை எதிர்த்து மகாகவி பாரதி, சுப்பிரமணிய சிவா ஆகியோருடன் இணைந்து அன்னிய பொருள் பகிஷ்கரிப்பு இயக்கம் நடத்துகிறார் வெள்ளையர்களை எதிர்த்து இரண்டு கப்பல்களை தனி சொந்தப் பணத்தைப் போட்டு வாங்கி தூத்துக்குடி துறைமுகத்தில் கப்பல் விடுகிறார். இதைக்கண்ட வெள்ளை அரசு அவரையும் சுப்பிரமணிய சிவாவையும் ஒரு வழக்கில் கைது செய்து 40 ஆண்டுகள் சிறைத் தண்டனை கொடுத்து சிறையில் அடைக்கிறது. இது உண்மைக் கதை.

1972ல் சென்னையில் திரைப்படமாகப் பார்த்தபோது எனக்குள் ஒரு சரியான புரிதல் இருந்தது. கோவை சிறையில் எண்ணெய் பிழியும் செக்கை மாட்டுக்குப் பதிலாக வ.உ.சி.யை வைத்து அடித்து இழுக்க வைத்ததைப் பார்த்தேன். அந்தக் காட்சியில் மகாகவி பாரதியாரின் பாடல் சீர்காழி கோவிந்தராஜன் பாடுகிறார்.

தண்ணீர் விட்டோ வளர்த்தோம்

சர்வேசா இப்பயிரை கண்ணீரால் காப்போம்

கருக திருவுளமோ

ஓராயிரம் வருடம்

ஓயந்து கிடந்த பின்னர்

வாராது போல வந்த

மாமணியை தோற்போமோ

மேலோர்கள் வெஞ்சிறையில்

வீழ்ந்து கிடப்பதுவும்

நூலோர்கள் செக்கடியில்

நோவதுவும் காண்கிலையோ,

எண்ணற்ற நல்லோர் இதயம்புழுங்கி

இரு கண்ணற்ற சேய்போல்

கலங்குவதும் காண்கிலையோ

பாரதியின் அந்த வரிகளில் நடிகர் திலகம் உண்மையாக வ.உ.சி. யாக மாறி செக்கிழுக்கும் அந்தக் காட்சி என்னை ஒரு தேசபக்தனாக ஆக்கி விட்டது. காரணம் ஒரு சமூக அரசியல் சூழலும் அது மெல்ல மெல்ல நகர்ந்து வளர்ந்து உண்மையான தேச பக்தகளான கம்யூனிஸ்ட் கட்சியில் கொண்டு வந்து விட்டது. எல்லா கட்சிகளிலும் தேச பக்தர்கள் உண்டு.

ஆக, தேசப்பற்று என்பது உண்மைகளை தியாகத்தை, சமூகவியலை அடிப்படையாகக் கொண்டது. அது நல்ல பல பரிமாணங்களை உருவாக்கும். தேசத்துக்கு ஏதாவதொரு ஆபத்து என்றால் ஜாதி, மத கட்சிப் பாகுபாடின்றி அனைவரையும் ஒருங்கிணைக்கும்.

2019 தேர்தல் மோடியின் நாடகம்

இந்த நூலின் உள்ளடகத்துக்கு வலு சேர்ப்பதற்காக, உண்மைகளை உரக்கச் சொல்வதற்காக சில எதார்த்தங்களைப் பார்த்தோம். மீண்டும் 2019 நாடாளுமன்ற பொதுத்தேர்தல் நாடகத்தை தொடர்ந்து பார்ப்போம்.

ராகுல் காந்தி

2019 நாடாளுமன்றத் தேர்தலை காங்கிரஸில் சரியான விதத்தில் பிஜேபி-யின் பிரச்சாரத்தை எதிர்கொள்ள முடியவில்லை. இதை ராகுல்காந்தி நான் தனித்து விடப்பட்டிருக்கிறேன். இந்த தேர்தல் பிரச்சாரத்தில் மூத்த காங்கிரஸ் தலைவர்கள் அவரவர் தொகுதியிலே இருந்தனர் என்று குற்றம் சாட்டினார். இந்தப் பின்னணியில் இந்துக்கள் பெரும்பான்மையானவர்கள் என்று குறி வைத்து பிஜேபி வடஇந்தியாவில் பல மாநிலங்களில் 80% இந்துக்களுக்கும், 20% சிறுபான்மையினருக்கும்தான் போட்டி என்ற தொனியில் உயர்பொறுப்புகளிலிருந்தவர்களே பிரச்சாரம் செய்தனர். தேர்தல் கமிஷன் முழுவதும் கூச்சம் நாச்சமின்றி பிஜேபி பக்கம் நின்றது.

தேர்தல் பிரச்சாரம் முடிந்தவுடன் ஓட்டு எண்ணும் வரை சில கட்டுப்பாடுகள் அரசியல் கட்சிகளுக்கு விதிக்கப்படும். அது நடக்கவில்லை. தேர்தல் பிரச்சாரம் ஓய்ந்தவுடனேயே பிரதமர் மோடி ஓய்வெடுப்பதற்காக பஞ்சபாண்டவர் அமர்நாத் குகையில் காவி உடையுடன் அமர்ந்து 24 மணிநேரம் மௌன விரதம் இருந்தார். இதை எல்லா தொலைக்காட்சிகளும் ஒளிபரப்பின. இது அப்பட்டமான விதிமீறல்.

மதச்சார்பற்ற நம் நாட்டின் பிரதமர் ஒரு குறிப்பிட்ட மத அடையாளத்துக்குள் அமர்ந்து விட்டார். சாதாரண நாளாக இருந்தாலும் அது கண்டு கொள்ளப்பட்டிருக்காது ஆனால் இந்து வாக்கு வங்கி அரசியலை மையமாக வைத்து இது நடந்தது. இது பல கட்சிகள் தேர்தல் கமிஷனில் முறையிட்டும் இது கண்டுகொள்ளப்படவே இல்லை. இதை எல்லாம் வேடிக்கை பார்த்துக்கொண்டு இருந்தது. தர்மம், நீதி, நியாயம், நடுநிலைமை எல்லாம் காலில் போட்டு மிதிக்கப்பட்டது.

மீண்டும் மோடி ஆட்சி

இந்து மத வாக்கு வங்கியைக் கொண்டு அதிகப் பெரும்பான்மையாக கொண்ட ஆட்சி. இது இவர்களுக்கு பெரும் ஊக்கத்தைத் தந்தது. பாபர் மசூதி இடிப்பு வழக்கு, குஜராத் மதக்கலவர வழக்கு எல்லாவற்றிலிருமிருந்தும் குற்றவாளிகள் விடுவிக்கப்பட்டார்கள். மோடி, அமித்ஷா மீது உச்ச நீதிமன்றமே சான்றிதழ் கொடுத்துவிட்டது. பேய் ஆட்சி செய்தால் பிணம் தின்னும் சாத்திரங்கள்.

பல நேர்மையான பத்திரிகையாளர்கள், ஊடகவியாளர்கள் சிறையிலடைக்கப்பட்டு வருகின்றனர். குஜராத் பில்கீஸ்பானு வழக்கில் ஆஜரான சீட்டா செட்டல்வால்ட் என்பவர் சமூக செயல்பாட்டாளர் நயவஞ்சகமான முறையில் கைது செய்யப்பட்டார். ஒன்றிய அரசு எதிர்கட்சிகளை முடக்க சிபிஐ, இ.டி. அமலாக்கத்துறை போன்ற பொதுவான அரசு அமைப்புகளை கூலிப்படைகளாக பயன்படுத்தி வருகிறது.

பிரதமர் மோடியின் பினாமி அதானி!

பி.ஜே.பி. அல்லாத பல மாநில ஆட்சிகள் தமிழ்நாடு உட்பட கவர்னர்களை வைத்து மிரட்டப்பட்டு வருகின்றன. காங்கிரஸ் இயக்கத்தின் முகமாக செயல்படும் தலைவர் ராகுல்காந்தியின் நாடாளுமன்ற உறுப்பினர் பதவியைப் பறித்துள்ளனர். உச்சகட்டக் கொடுமை இது. காஷ்மீர் முதல் கன்னியாகுமரி வரை தேச ஒற்றுமை யாத்திரை நடத்தினார். அவருக்கு செல்வாக்கு பெருகி வருகிறது. மேலும் அவர் 2023 மார்ச்சில் எழுந்த அதானி ஊழலில் அவர் உலகப் பணக்காரர் எப்படி ஆனார்? அவர் சம்பந்தப்பட்ட பிரச்சனையை பிரதமர் மோடிக்கும் அவருக்கும் சம்பந்தமுண்டு என்று ஆதாரப்பூர்வமாக பல உண்மைகள் வெளிவந்து விட்டன.

இதுவரை இந்தியாவில் இப்படிப்பட்ட கொள்ளை நடந்ததே இல்லை என பல அறிக்கைகள் வந்து விட்டன. அதையொட்டி ராகுல் பேசினார். அவர் பேச்சு 2023 மார்ச் மாதம் நாடாளுமன்ற அவைக் குறிப்புகளிலிருந்தே நீக்கப்பட்டது. இந்தக் கட்டத்தில் அவர் மீது குஜராத்தில் போடப்பட்ட அவதூறு வழக்கில் அவருக்கு இரண்டு ஆண்டு சிறைத் தண்டனை அளிக்கப்பட்டது. இதையொட்டி அவர் பதவி பறிக்கப்பட்டுவிட்டது.

இந்தியாவில் பல ஆயிரம் கோடி கடன் வாங்கி கடனை திருப்பிக் கட்டாமல் வெளிநாடுகளுக்கு ஓடிப்போன லலித் மோடி, நீரோ மோடி ஆகியோருக்கு பிரதமர் மோடி ஆதரவளித்தார். மோடிகளெல்லாம் நாட்டை ஏமாற்றுபவர்கள்தான் என்று 2019 நாடாளுமன்றத் தேர்தலையொட்டி கர்நாடக மாநில கோலார் என்ற ஊரில் பேசினார். இதை குஜராத்தைச் சேர்ந்த பி.ஜே.பி.எம். எல்.ஏ. பிரனவ் மோடி என்பவர் மோடி என்ற சாதியை இழிவுபடுத்திவிட்டதாக குஜராத் சூரத் நீதிமன்றத்தில் வழக்குப் போட்டார்.

வேடிக்கை என்னவென்றால் இவரே இந்த வழக்கில் தடையாணை வாங்கினார். பிறகு வேறு ஒரு புது நீதிபதி இதற்காகவே மாற்றப்படுகிறார். இவர் ராகுலுக்கு இரண்டாடுகள் சிறைத் தண்டனை விதிக்கிறார். உடனே ராகுல்காந்தியின் P.M. பதவி பறிக்கப்படுகிறது.

காரணம் என்ன? மோடியின் பினாமியாக அதானி இருக்கிறார். இவர் உலகப் பணக்காரர் வரிசையில் வந்து விட்டார். இவர் ஒரு R.S.S. பற்றாளர். உலகின் பல முக்கியமான நாடுகளுக்கு பிரதமர் மோடி இவரை அழைத்துச் சென்று இந்திய ஸ்டேட் வங்கி, LIC நிறுவனங்களில் பல ஆயிரம் கோடி கடன் கொடுக்க வைத்து உலகின் பல நிலக்கரிச் சுரங்கங்கள், இந்தியாவின் பல துறைமுகங்கள் இவருக்கு கொடுக்கப்பட்டன. இதன் மூலம் பி.ஜே. பி-யின் தேர்தல் நிதி மற்றும் உள்ள நிதித் தேவைகளை இவர் நிறைவேற்றி வந்துள்ளார். இதைத்தான் நாடாளுமன்றத்தில் 2023 மார்ச் மாதத்தில் எழுப்பினார். இதற்குத்தான் இவர் M.P. பதவி நீதிமன்றத்தின் தீர்ப்பை பயன்படுத்தி பறிக்கப்பட்டது.

இது சம்பந்தமாக CPI (M) கட்சி அதானி - மோடி கூட்டுக் களவாணிகள் என்று இந்தியா முழுவதும் கண்டன ஆர்ப்பாட்டம் நடத்தியது. இந்தியாவில் இதுவரை நடைப்பெற்ற ஊழலிலேயே பெரும் கொள்ளை இதுதான். ராகுல்காந்திக்கு அனைத்து எதிர்கட்சிகளும் ஆதரவு தெரிவித்து களத்தில் நிற்கின்றன.

காவி அரசியலும் வரலாறு காணாத கொள்ளையும்!

கடந்த 9 ஆண்டுகளில் (2014-2023) 8 மாநில எதிர்கட்சி ஆட்சிகள் மகாராஷ்டிரா, கர்நாடகா உள்பட மாநிலங்களில் கவிழ்க்கப்பட்டு அவை காவி பிளவுவாத பிஜேபி ஆட்சிகளாக மாற்றப்பட்டன. இந்த மாநிலங்களில் மொத்தம் 177 எதிர்க்கட்சி எம்.ஏல்.ஏக்கள் விலைக்கு வாங்கப்பட்டனர். ஒரு ஏம்எல்ஏயின் விலை தலா 20 கோடி என்று கூறப்படுகிறது. இது போக தேர்தல் பாண்டு பத்திரம் என்று தேர்தல் நிதி கொடுக்கும் பெரும் கார்ப்பரேட் நிறுவனங்கள் எத்தனையாயிரம் கோடி பிஜேபிக்குக் கொடுத்தார்கள் என்று தெரிந்துகொள்ளும் உரிமை நமக்கு இல்லை. ஆனால் மற்ற கட்சிகளுக்கு அவர்கள் கொடுக்கும் குறைந்த நிதி கூட ஒன்றிய அரசுக்குத் தெரியும். இதைப்போல பிரதமர் நிதி (பி. எம்.கேர்) எத்தனை லட்சம் கோடி யாரிடமிருந்து வந்தது என்பதை தகவலறியும் உரிமைச் சட்டத்தில்கூட கேட்க முடியாது. இதெல்லாம் பிஜேபி, ஆர்.எஸ்.எஸ். மாடல் ஸ்பெஷல் அயிட்டங்கள். மொத்தத்தில் இந்துத்துவா கார்ப்பரேட் கூட்டணி அரசியல் ஆட்சி முறை. இது இந்தியாவுக்குப் புதியது. இவர்களுக்கு மற்றவர்கள் ஊழலைப் பற்றி பேசவோ, நடவடிக்கை எடுக்கவோ துளியும் அருகதையில்லை. இந்த ஆர்.எஸ்.எஸ். மோடி வகையறாக்களை அரசியல்வாதிகள் என்றோ, மதவெறியர்கள் என்றோகூட அழைப்பது பொருத்தமாக இருக்காது. அரச பயங்கரவாதம், கொடுங்கோன்மை என்று மேலும் புதிய பெயர்களை மக்களே சூட்டுவார்கள். அது வரலாற்றில் புதிய உச்சபட்ச மிக மோசமான வார்த்தையாக இருக்கும்

நாடு பதட்டத்தில் இருக்கிறது. தேச பக்தர்கள், மதச்சார்பற்ற மக்கள் தலைவர்கள், இடதுசாரிக் கட்சிகள் இடதுசாரி அறிவு ஜீவிகள், பெரியார், அம்பேத்கரின் இயக்கங்கள், திராவிடக் கட்சியான தி.மு.க., அதன் தலைவர், தமிழக முதல்வர் மு.க.ஸ்டாலின், கேரள முதல்வர் பினராயி விஜயன் அனைவரும் களத்தில் நிற்கின்றனர். வரும் 2024 நாடாளுமன்ற பொதுத்தேர்தலை எதிர்கொள்ளப் போகிறார்கள்.

2024 தேர்தலில் மீண்டும் பி.ஜே.பி. வென்றால் நாடு இந்துராஷ்ட்ரமாக்கப்படும். அப்படி ஆனால் நமது மதச்சார்பற்ற அரசியல் சட்டம் இருக்காது. தேர்தல் ஜனநாயகம் இருக்காது. சர்வாதிகார அதிபர் ஆட்சி முறை வரும். மதச்சார்பற்ற ஜனநாயக அரசியல் கட்சிகள், இடதுசாரிக் கட்சிகள் தடை செய்யப்படும்.

மதச்சார்பற்ற மதிப்புமிக்க தலைவர்கள் சிறையிலடைக்கப் படுவார்கள். இஸ்லாமியர், கிறிஸ்துவர்கள் இரண்டாம் தர குடிமக்களாக்கப்படுவார்கள். இவைகளெல்லாம் இட்டுக்கட்டி நான் எழுதவில்லை. இந்தியாவில் 2019 முதல் 2023 வரை ஒன்றிய அரசின் தாக்குதலைக் கணித்து நடுநிலையாளர்களான பத்திரிகையாளர்கள் இடதுசாரிக் கட்சிகள் குறிப்பாக CPI (M) கட்சித் தலைவர்கள், அடிக்கடி 2024இல் மீண்டும் பிஜேபி ஆட்சி வந்தால் அதுதான் கடைசித் தேர்தலாக இருக்கும் என்று பகிரங்கமாகப் பேசி வருகிறார்கள்.

பல நண்பர்களிடம் நான் விவாதித்தபோது ஓட்டுப்பெட்டி மேல் நம்பிக்கை இல்லை என்கிறார்கள். அறிவார்ந்த சிலர் அற்பக் காரணங்களையெல்லாம் ஒதுக்கி வைத்துவிட்டு பிஜேபிக்கு எதிராக அனைத்துக் கட்சிகளும் ஓரணியாக நின்றால் மதவாத அரசினை தடுத்து நிறுத்த முடியும் என்று கூறுகின்றனர். இதுதான் இப்போது முக்கியமாக நாட்டுக்குத் தேவை.

வருகிற 2024 நாடாளுமன்ற பொதுத்தேர்தலில் அனைத்துக் கட்சிகளும் ஓரணியில் நின்று பிஜேபி-யை தோற்கடித்து விட்டோம் என்று ஒரு வாதத்துக்கு ஒப்புக்கொண்டாலும் இதனையெல்லாம் R.S.S., பிஜேபி, சங்பரிவார அரசியலை வேரடி மண்ணோடு பிடிங்கி எரிந்துவிட முடியுமா? நிச்சயமாக முடியாது. அவர்கள் தோல்வியடைந்தால் இன்னும் அராஜகமாக மதக்கலவரங்களை உருவாக்குவார்கள்.

பொதுவாக இந்து மத நம்பிக்கை கொண்ட மக்கள் ஆகப் பெரும்பாலோர் மிகவும் நல்லவர்கள். சகிப்புத் தன்மையும், பன்முகத்தன்மையும் கொண்டவர்கள். கடவுள் நம்பிக்கை மறுப்பாளர்களிடமும் அன்பு காட்டுபவர்கள். கடவுள் மறுப்பாளர்கள் கூறும் விஞ்ஞானபூர்வ கருத்துக்களையும் செவிமடுப்பவர்கள். இப்படிப்பட்ட இந்த மக்களை வஞ்சித்து வட இந்தியாவில் பெரும்பான்மையாக பி.ஜே.பி., தன் அரசியலுக்குப் பயன்படுத்தி தேர்தலில் தொடர்ந்து வெற்றி பெறுகிறது. இந்தப் பாசிச அரசைத் தூக்கி எறிய அனைத்து எதிர்கட்சிகளும் ஒன்றிணைந்து இந்தியா என்னும் பெயர் கொண்ட கூட்டணியை உருவாக்கியுள்ளது. பாட்னா, பெங்களூர், மும்பை ஆகிய மூன்று நகரங்களிலும் 28 கட்சிகளுக்கு மேற்பட்டு 60க்கும் மேற்பட்ட ஆளுமை கொண்ட தலைவர்கள் ஒன்று கூடி, வருகின்ற 2024 நாடாளுமன்றத் தேர்தலில் பி.ஜே.பி. அரசை வீழ்த்த வியூகம் அமைத்து களம் காண முடிவு செய்துள்ளனர்.

நல்வாய்ப்பாக தமிழ்நாட்டில் ஆட்சி புரியும் தி.மு.க. கட்சியும் முன்னணி வகிக்கின்றது. தமிழக முதல்வர் மு.க.ஸ்டாலின் கூறுகிறார். "ஆர்.எஸ்.எஸ்., பி.ஜே.பி. அமைப்புகள் கோட்சேவின் வாரிசுகள். இந்தியாவின் விரோதிகள். இந்தப் பாசிச ஆட்சி நாட்டில் இருந்து அகற்றப்பட வேண்டும்" என்று கூறினார்.

மேலும் பி.ஜே.பி., ஆர்.எஸ்.எஸ்.ஸும் தமிழ்நாட்டு மக்களிடம் அதன் மக்கள் விரோத செயல்பாட்டால் கடும் எதிர்ப்புக்குள்ளாகி இருக்கின்றது. இது இங்கு தேர்தல் வெற்றியுடன் மட்டும் நின்றுவிடக்கூடாது. அதைத் தாண்டி பொதுநோக்கோடு மதச்சார்பின்மை, மதநல்லிணக்கம் மேலும் பலப்படுத்தப்பட வேண்டும். மக்கள் ஒற்றுமை மேடை என்ற ஒன்று சிறப்பாக செயல்படுகிறது அதையும் நாம் பலப்படுத்த வேண்டும். இது காலத்தின் கட்டாயம் ஆகும்.

தேர்தல் மூலம் மட்டுமே RSS மதவாத அரசியலை முறியடிக்க முடியுமா?

சாவர்கர் 1920களில் பேசியபோது சொல்லியிருக்கிறார். எப்படி முஸ்லீம்கள் மத அடிப்படையில் பாச நேசத்துடன ஒன்றுபட்டிருக்கிறார்களோ அதேபோல் நம் இந்துக்களையும் ஒன்றிணைந்து இணைக்க வேண்டும் என்றார். அதற்கு தொண்டர் அணி ஊர்வலம் மற்றும் சாகா பயிற்சி முறைகள் ஆயிரக்கணக்கில் நடந்தன. இன்றும் நடந்து வருகின்றன. இதை சாதாரணமாக இந்து மத அடிப்படையில் என்று பார்க்க முடியாது.

அது இந்து தர்மம், கடவுள் நம்பிக்கை, பூர்வ ஜென்ம பலன் போன்ற மூடநம்பிக்கைகள் கொண்டதாகும்.

RSS-க்கு மாற்றுச் சித்தாந்தத்தை, ஒரு இந்திய ஒருமைப்பாட்டு சிந்தனையை சித்தாந்தத்தை நாம் முன்வைக்க வேண்டும். அது இந்திய விடுதலைப் போராட்டத்தில் கட்டியெழுப்பிய சுதந்திரம் ஜனநாயக மதச்சார்பற்ற முற்போக்கு ஆகிய விழுமியங்கள் கொண்டதாக இருக்க வேண்டும்.

அது அனைத்துக் கட்சிகளும், மக்களும் ஏற்றுக் கொள்ளக்கூடியதாக இருக்க வேண்டும்; அதன் முகங்களாக காந்தியடிகள், பண்டித நேரு, அபுல்கலாம் ஆசாத், அண்ணல் அம்பேத்கர், நேதாஜி, மாவீரன் பகத்சிங் ஒவ்வொரு மாநிலத்திலும் அதன் முகங்கள் வேண்டும். குறிப்பாக தமிழ்நாட்டில் செக்கிழுத்த

செம்மல் வ.உ.சி., பாரதியார், திருப்பூர் குமரன், தந்தை பெரியார், ம.சிங்காரவேலர், ப.ஜீவானந்தம், பி.ராமமூர்த்தி ஆகியோர்கள்.

RSS-சைப் போல் நாம் எந்தத் தாக்குதலையும் நடத்த வேண்டியதில்லை. சட்டத்துக்குட்பட்டு அதைத் தடுக்க முனைய வேண்டும் அவர்கள் மதக் கலவரத்தை தூண்டினால் நாம் அமைதி ஊர்வலம் நடத்தலாம்.

கேரளாவில் RSS-சை மார்க்சிஸ்ட் கட்சி எவ்வாறு எதிர்கொள்கிறது என்பதை நாம் பார்க்க வேண்டும். இது RSS, பிஜேபி மீண்டும் வளராமல் இருக்க உடனடி வேலைத்திட்டம் அதோடு ஒருமைப்பாட்டு, தொண்டர் அணியை இணைக்க வேண்டும். தொண்டர்களை அரசியல் ரீதியாக வளர்த்தெடுக்க வேண்டும்.

மதமும் அரசியலும்

மனிதகுல சமூகம் பல அமைப்புகளை கடந்து வந்திருக்கிறது. பண்டைய தாய்வழி சமூகம், அடிமைச் சமுதாய அமைப்புமுறை அதன் பின் நிலப்பிரபுத்துவ (மன்னராட்சி) சமுதாய அமைப்பு முறை, இன்றைய நவீன முதலாளித்துவ சமுதாய அமைப்பு முறை. இந்தியாவில் முதலாளித்துவ, நிலப்பிரபுத்துவ (சாதிய சமூகம்) சமுதாய அமைப்பு முறையில் இருக்கிறோம்.

நிலப்பிரபுத்துவ அமைப்பு முறை தோன்றி சுமார் மூவாயிரம் ஆண்டுகள் ஆகிவிட்டன. இந்தக் காலகட்டத்தில்தான் பல மதங்கள் தோன்றி இருக்கின்றன. முதலாளித்துவ அமைப்பு முறை வந்தவுடன் படிப்படியாக மத நிறுவன ஆட்சிகள் அழிந்தன அல்லது அழிக்கப்பட்டன. இப்போது உலகில் மத அடிப்படை சமூக அமைப்பு எங்கும் இல்லை. இந்தியா ஒரு இந்து நாடு என்பது மோசடி அரசியலே. அப்படி ஒன்றைக் கட்டமைக்க முடியாது. மக்களை ஏமாற்றவும் மதக்கலவரங்களை உருவாக்கவும் இது பயன்படும்.

உலகில் ஒன்று, முதலாளித்துவ ஆட்சி அமைப்பு முறை, இரண்டாவது, பொதுவுடமை அமைப்பு ஆட்சி முறை. இப்போது சீனா, கியூபா, வியட்நாம், வடகொரியா ஆகிய சோசலிஸ நாடுகள், இஸ்லாமிய மக்கள் அதிகம் வாழக்கூடிய அரபு நாடுகள், வளைகுடா நாடுகள், சில ஆப்பிரிக்க நாடுகளும் இதில் உண்டு. இங்கு இஸ்லாமிய மத ஆட்சி நடக்கிறதா, இல்லை. அங்கு முதலாளித்துவ கார்ப்பரேட் அரசியல் சமூக அமைப்பு முறைதான்

இருக்கிறது. இதில் சவூதி அரேபியா முதல் இடம் வகிக்கிறது. இன்னும் சொல்லப்போனால் உலக வல்லரசுகளான அமெரிக்கா தலைமையில் உள்ள *G*.7 நாடுகளின் கொள்கைகளுக்கேற்ப தங்கள் வெளிநாட்டுப் கொள்கைகளை இவைகள் வைத்திருக்கின்றன. ஈராக் நாடு அமெரிக்காவால் ஆக்கிரமிக்கப்பட்டபோதும், துவம்சம் செய்யபட்ட போதும் சில அரபு நாடுகள் அதை ஆதரித்தது என்பதை பார்த்தோம்.

பெரும்பாலான மக்கள் இஸ்லாமியராக இருப்பதால் கிரிமினல் குற்றம், கொடிய குற்றங்களுக்கு தண்டனை வழங்குவதில், குற்றவாளிகளுக்கு தண்டனை வழங்குவதில் சில இஸ்லாமிய சட்டமுறைகள் பின்பற்றப்படுகின்றன என்று பார்க்கிறோம். ஆனால் நாட்டு அரசியல் அமைப்பு என்பது முதலாளித்துவ, நிலப்பிரபுத்துவ (மன்னர் ஆட்சி) சர்வாதிகார ஆட்சிதான் அங்கு நடக்கிறது. மன்னர் வாரிசுகள்தான் ஆட்சித் தலைவர்கள். இஸ்லாமிய மதமே ஒவ்வொரு நாட்டிலும் ஒவ்வொரு விதமாக பொருள் கொள்ளப்படுகிறது என்பதை சென்ற அத்தியாத்திலேயே பார்த்தோம். ஆக, இஸ்லாம் மத ஆட்சி எங்கும் இல்லை. அப்படி இருப்பதாகச் சொல்வது பொய். இந்தியாவில் சங் பரிவாரங்கள் என்ன சொல்கிறார்கள். 57 இஸ்லாமிய நாடுகள் இருக்கும்போது ஒரு இந்து நாடு இருக்கக்கூடாதா என்று பேசி வருகின்றனர். இது ஒரு பித்தாலாட்ட அரசியல். அப்பாவி முஸ்லீம் மக்களுக்கு இந்தக் கருத்து உள்ளது. இது மிக மிகத் தவறானது.

இந்த நவீன விஞ்ஞான உலகில் மதக்கருத்துக்களை வைத்து சமூக அமைப்பாக்க முடியாது. இன்றைய அரசியல் என்பது ஒரு விஞ்ஞானம். அது காலத்துக்கேற்ப மாறிக்கொண்டே வருகிறது. மதம் என்பது தனி மனித நம்பிக்கை, கடவுள் வழிபாடு, இது தனி மனித அக உலகம் சார்ந்தது. இதற்கும் அரசியலுக்கும் சம்பந்தமில்லை. ஆனால் ஆட்சியாளர்கள் அப்பாவி மக்களை ஏமாற்றுவதற்கு மதத்தைப் பயன்படுத்தி வருகிறார்கள்.

அரசியல் சமூக அமைப்பு 16, 17ம் நூற்றாண்டுகளிலேயே இதற்கு முடிவு கட்டிவிட்டது. ஐரோப்பா முழுவதும் ஆயிரம் வருடங்களுக்கும் மேலாக போப் ஆண்டவர்தான் அரசர். கிறிஸ்துவ மதம்தான் ஆட்சி. அது 16ம் நூற்றாண்டிலேயே தகர்க்கப்பட்டது. இதை மார்ட்டின் லூதர் தொடங்கி வைத்தார். அதன்பின் போப் ஆண்டவர் வாடிகன் நகரத்துக்கு மட்டும்தான் அரசர். இப்போதும் அதுதான் நிலைமை.

இஸ்லாமிய ஆட்சி என்பது 8ம் நூற்றாண்டோடு முடிவுக்கு வந்தது. அங்கு எப்போது நிலப்பிரபுத்துவ அரசு தோன்றியதோ, அப்போது இஸ்லாமிய ஆட்சி முடிவுக்கு வந்தது. நபிகள் நாயகத்துக்குப்பின் இருந்த நான்கு கலீபாக்கள் கி.பி.7ம் நூற்றாண்டு வரை இனக்குழு சமுதாயத்தை கட்டமைத்து நடத்தி வந்தார்கள். அவர்களில் மூன்று கலீபாக்கள் நிலப்புரபுத்துவ ஆட்சியாளர்களால் கொலை செய்யப்பட்டார்கள் என்பது வரலாறு.

இந்த மன்னர்கள் யார், அவர்களும் பின்னர் இஸ்லாத்தை ஏற்றுக் கொண்டவர்கள்தான். ஆக, கலீபாக்கள் கட்டமைத்த இனக்குழு சமுதாயத்தில் தர்மம் இருந்தது. நபிகள் நாயகத்தின் கோட்பாடுகள் இருந்தன. ஆனால் அதே இஸ்லாமிய மதத்தை தழுவிய பக்கத்து நாட்டு மன்னர்கள் கலீபாக்களின் ஆட்சியை அழித்தார்கள்.

ஏனெனில் சமூகம் முன்னோக்குப் போக இனக்குழு சமுதாயம் வழிவிட வேண்டி இருந்தது. நிலப்பிரபுத்துவமாக படையெடுப்பின் மூலம் அல்லது புரட்சியின் மூலம் சமூகம் மாறுகிறது. இங்கு சர்வாதிகாரம்தான், ஒடுக்குமுறைதான். மன்னன் முஸ்லீம்தான். இஸ்லாமிய பண்பாடுகள், பொதுவாக இருக்கும் ஆட்சி முறை, பொருளாதார ரீதியாக ஒடுக்கு முறை ஆட்சிதான் இது மதத்தை பயன்படுத்திக்கொள்ளும். அவ்வளவே!

தமிழக பொருளாதார அறிஞர் ஜெயரஞ்சன் ஒரு கருத்தரங்கத்தில் பேசினார். மதப் புத்தகத்தை *(Text Book)* வைத்துக்கொண்டு ஒரு சின்ன அணைகூட கட்ட முடியாது. மத ஆட்சி என்று சொல்வது டூபாக்கூர் வேலை என்று கிண்டலாகப் பேசினார்.

இந்த சமூக அமைப்பை மக்கள் புரட்சியின் மூலம் அகற்றி, எல்லோருக்கும் எல்லாம் என்ற சமத்துவ சமூகத்தை உருவாக்க கம்யூனிஸ்ட்டுகள் களத்தில் நிற்கிறார்கள். அவர்களோடு முற்போக்கு சிந்தனையாளர்கள் அந்தந்த இடதுசாரி இயக்கங்கள் களத்தில் நிற்கின்றன, போராடுகின்றன.

இதை நோக்கி பயணிப்பதற்கு ஜாதி, மத பேதமற்ற ஒற்றுமை தேவை. வள்ளுவனும், வள்ளலாரும், ஐயா வைகுண்டரும், நாராயண குருவும், ஜோதி பாபூலேயும், விவேகானந்தரும், அண்ணல் அம்பேத்கரும், தந்தை பெரியாரும் கண்ட கனவை நனவாக்க வேண்டும். இதற்கு முதல் எதிரி நமக்கு பி.ஜே.பி., முன் வைக்கும் வகுப்புவாத அரசியல்தான். தனி நபர்கள் மீதோ, தனிப்பட்ட முறையிலோ யாரும் நமக்கு எதிரி அல்ல.

இஸ்லாமிய மக்களின் இன்றைய மனநிலை

1992 டிசம்பர் 6 அன்று பாபர் மசூதி இடிக்கப்பட்ட ராமர் கோவிலை அதே இடத்தில் கட்டிக்கொள்ளலாம். மசூதியை வேறு இடத்தில் அமைத்துக்கொள்ள வேண்டுமென்ற உச்ச நீதிமன்றத் தீர்ப்பு முஸ்லீம்கள் மத்தியில் பெரும் அதிர்வலைகளையும், இந்திய அரசாங்க அமைப்புகளின் மீது அவநம்பிக்கையையும் ஏற்படுத்தி விட்டது. அது மட்டுமல்ல, ஒட்டுமொத்த நீதிபரிபாலனந்தின் மீது நம் நாட்டின் தேசபக்தர்கள், நடுநிலையாளர்கள் மத்தியில் பெரும் கவலையை, சர்ச்சையை ஏற்படுத்தி இருக்கிறது.

1992ல் இருந்த இஸ்லாமிய மக்களின் போராட்ட குணம் இப்போது இல்லை. முஸ்லீம் அமைப்புகளின் தலைவர்கள் மத்தியில் ஒரு வித பயம், சோர்வு ஏற்பட்டுள்ளது. காரணம் அவர்கள் மத்திய உளவுத் துறையால் கட்டம் கட்டப்படுகிறார்கள். மோடியையோ, RSS-யோ சரியான விமர்சனம் செய்தால், பேசினால், எழுதினால் அவர்கள் மீது தேச விரோதிகள் சட்டம் (NSA) பாய்கிறது முஸ்லீம்களுடன் கீழ்மட்டத்தில் நான் அன்றாடம் பணி செய்பவன். எங்களுடைய வெகுமக்கள் அரங்கத்தில் தலித்துகளும், இஸ்லாமியர்களும் கணிசமாக உள்ளனர்.

தலித்துகள் பொதுவாக விசிக மற்றும் அ.தி.மு.க., திமுகவில் பயணிக்கிறார்கள். அவர்கள் மத்தியில் அறியாமை இருந்தாலும் போராட்ட குணம் இருக்கிறது. ஆனால் இஸ்லாமியர்கள் என்ன செய்வது என்று கையறு நிலையில் இருப்பதாக நான் உணர்கிறேன். அன்றாடம் பார்க்கிறேன். அதோடு இறை நம்பிக்கை நான் முப்பது ஆண்டுகளுக்கு முன்பு பார்த்தைதைவிட பன்மடங்கு அதிகரித்து விட்டது. அவர்களிடம் சகஜமாக உரையாடும்போது என்ன செய்வது, ஆண்டவனைத் தவிர வேறு நாதியில்லை என்று என்னிடம் பலர் மிகக் கவலையோடு பகிர்ந்துகொண்டார்கள். இது மிக மிக முக்கியமானது. கள ஆய்வு செய்ததில் நான் கண்டது பொதுவானது, உண்மையானது என்னவென்றால் இடதுசாரி அமைப்புகளில் உள்ள இஸ்லாமியர்கள் சரியான புரிதலோடு இருக்கிறார்கள், துணிச்சலோடும் இருக்கிறார்கள்.

வட இந்தியாவில் குறிப்பாக உ.பி. மத்தியப்பிரதேசம், டில்லி, கர்நாடகா போன்ற மாநிலங்களில் இஸ்லாமிய மக்கள் தாக்கப்படுவது பற்றிய செய்திகளைப் பார்த்து மிகவும் கலங்கிப்

போய் உள்ளனர். 2024ல் மீண்டும் பி.ஜே.பி., ஆட்சி வந்தால் நம் நிலைமை என்ன என்று கலங்கிப்போய் இருக்கின்றனர். பெரும்பான்மையான முஸ்லீம் தோழர்களிடம் இறை நம்பிக்கை இருப்பதுபோல உலக பொதுஅறிவுதேடல் இல்லையோ என்றுத் தோன்றுகிறது. உலகப் பொதுஅறிவை அவர்கள் வளர்த்துக் கொண்டால் சோர்வடைய வேண்டிய அவசியமே இல்லை.

இது சம்பந்தமாக இஸ்லாமியத்திலேயே இவ்வாறு கூறப்பட்டுள்ளது:

“எந்த ஒரு சமூகமும் அதன் பண்புகளை, தானே மாற்றிக் கொள்ளாதவரை உண்மையில் இறைவனும் அச்சமூகத்தின் நிலையை மாற்றுவது இல்லை” என்று இஸ்லாமிய மறை கூறுகிறது (13-11). இதை வேத வரிகளும் தூதர் மொழிகளும் என்ற நூல் குறிப்பிடுகிறது.

ஆக, இறை நம்பிக்கை என்பது தனி மனித நம்பிக்கை. அது அவரவர் உரிமை. அதை யாரும் கேள்வி கேட்க முடியாது. ஒவ்வொருவரும் மனநிறைவாக அதைச் செய்யட்டும்.

ஆனால் நிலைமை என்னவென்றால் நான் மீண்டும் கூறுகிறேன், முப்பது ஆண்டுகளுக்கு முன்னால் பாபர் மசூதி இடிப்புக்கு முன்பு என் சொந்த அனுபவமும் பல இஸ்லாதமிய நண்பர்களின் அனுபவமும் அவர்கள் என்னிடம் பகிர்ந்து கொண்டது என்னவென்றால் அப்போதைய காலகட்டத்தில் பள்ளிவாசல் மசூதிகளில் ஐந்து வேளை தொழுகை நடக்கும். அப்போது இமாமுடன் சேர்ந்து சுமார் 10 அல்லது 20 பேர் மட்டுமே இருப்பார்கள். வெள்ளிக்கிழமையில் கூட்டம் அதிகமாக இருக்கும். ஆனால் இன்று நிலைமை வேறு இன்றைய கட்டத்தில் ஐந்து வேளை தொழுகைகளில் கூட்டம் அதிகம் நிறைந்து இருக்கின்றது. அது மட்டுமல்ல இஸ்லாமியர்கள் பணியாற்றும் இடங்கள் வணிகம் செய்யும் தெருக்களில் சுமார் இருபத்தி ஐந்து பேர் அல்லது 50 பேர் இருந்தால் பக்கத்தில் ஏதாவது ஒரு கட்டிடத்திலோ அல்லது அதே வணிகம் செய்யும் இடத்திலோ ஒரு அறையை வாடகைக்கு எடுத்து அதை சிறிய பள்ளிவாசல் ஆக்கி அங்கே ஐந்து வேளையும் தவறாமல் தொழுகை நடைபெறுகின்றதைப் பார்க்க முடிகிறது. தமிழ்நாட்டில் இந்த நிலையென்றால் வட இந்தியாவில் எவ்வளவு பரபரப்பாக கூடுதலாக இருக்கும் என்பதை நாம் அறியமுடியும்.

இது எதைக் காட்டுகின்றது என்றால் ஆர்.எஸ்.எஸ்., பி.ஜே.பி. விரித்த வலையில் இஸ்லாமியர்கள் விழுந்து விட்டார்கள் என்பதைக் காட்டுகின்றது. தெரிந்தோ, தெரியாமலோ தங்களைத் தாங்களே தனிமைப்படுத்திக் கொள்வதைக் காட்டுகின்றது. இதைத்தான் ஆர்.எஸ்.எஸ்., பி.ஜே.பி. விரும்பியது.

தற்காப்பு நிலைக்குத் தள்ளப்பட்ட இஸ்லாமியர்கள் இறை வணக்கத்துக்காக கூட்டமாகக் கூடி தொழுகை நடத்துவது அவர்கள் உரிமை. அதை யாரும் கேள்வி எழுப்ப முடியாது. ஆனால் இதைக் கூட RSS, பிஜேபி வேறுவிதமாகப் பயன்படுத்தி வருவதைப் பார்க்கிறோம்.

இதன்பிறகுதான் பி.ஜே.பி., இந்துப் பெரும்பான்மையை தங்களுக்கு சாதகமாக களம் அமைத்துக்கொள்கிறது. மேலும் அவர்கள் என்ன செய்கின்றார்கள். தீபாவளி, ஆயுத பூஜை, விநாயகர் சதுர்த்தி, ராம நவமி, தமிழ்வருட பிறப்பு, தெலுங்கு வருடப்பிறப்பு, உகாதி மேலும் பல்வேறு இந்து மத அடையாளம் கொண்ட திருவிழாக்கள் கோயில் குடமுழுக்குகள் கார்த்திகை தீபம் ஆகிய நிகழ்வுகளில் அரசு இயந்திரத்தின் ஆதரவுடன் உள்ளே நுழைந்து தலைமை தாங்கி மாஸ் காட்டுகின்றார்கள். சில நேரங்களில் இவர்கள் இஸ்லாமிய வழிபாட்டுத் தளங்கள் குடியிருப்புப் பகுதிகளில் உள்ளே புகுந்து கொலை மற்றும் படுபாதகத் தாக்குதலில் ஈடுபடுகின்றார்கள். சமீபத்தில் அரியானா மாநிலத்திலுள்ள தும்கூரில் நடந்துள்ளது என்பதைப் பார்க்கிறோம்.

தற்போது இஸ்லாமிய மக்கள் கடந்த 30 ஆண்டுகளாக தற்காப்பு நிலைமைக்குத் தள்ளப்பட்டுவிட்டனர். இந்த 2023 ஆம் ஆண்டு மணிப்பூர் கலவரத்திற்குப் பிறகு கிறிஸ்துவ மக்களும் பாதிக்கப்பட்டுள்ளனர் என்பதைப் பார்க்கிறோம். இன்றைய இஸ்லாமியர்கள் தங்கள் மத அடையாளத்துடன் தற்காப்புக்காக பல்வேறு அரசியல் கட்சியை துவங்கி நடத்தி வருகின்றனர். இதில் ஓ.வை.சி அவர்கள் கட்சி பி.ஜே.பி.யின் பி டீமாக செயல்படுகின்றது என்று குற்றச்சாட்டு எழுப்பப்படுகிறது. இது தன் சொந்த மக்களையே படுகுழியில் தள்ளுவது ஆகும்.

ஆக, தமிழ்நாட்டில் உள்ள இஸ்லாமிய அடையாள அரசியல் கட்சிகள், தலைவர்கள் தங்களுடைய செயல்திட்டத்தை மாற்றி அமைத்துக் கொள்வது மிக மிக அவசியம். சில ஆலோசனைகளை நீங்களே பரிசீலித்து முடிவு செய்து கொள்ளலாம். அரசியல் பணியின் ஊடாக அனைத்து மக்களின் சமூக நலன் சார்ந்த

பணிகளில் தங்களை ஈடுபடுத்திக் கொள்ளவேண்டும். அவை என்னவென்றால் மாற்று மதத்தைச் சேர்ந்த மக்களிடம் ஒருங்கிணைய வேண்டும். அவர்களுக்கு ரத்த தானம், கண் தானம் செய்வது மற்றும் புயல், மழைக் காலங்களில் உங்கள் அமைப்புகளின் சார்பில் பொருளாதார உதவிகள் செய்வது மிகவும் அவசியம். மேலும் கல்வி உதவி, வறுமையில் உள்ள மக்களுக்கு உதவி செய்வது, உணவு அளிப்பது ஆகிய நற்பணிகளை செய்வது மிகவும் அவசியம். ஒவ்வொரு கட்சியும் தாங்களே விவாதித்து மேலும் பல நற்செயல்களை திட்டமிட்டு செயல்படுத்த வேண்டும். இது மத நல்லிணக்கத்தைப் பலப்படுத்துவதாக அமையும். மேலும் அரசு நிர்வாகம் மாநகராட்சி, நகராட்சி, உள்ளாட்சிப் பகுதிகளில் அவர்களிடம் ஆலோசனை பெற்று உங்கள் அமைப்புகளின் சார்பில் மரக்கன்று நடுதல் மற்றும் சுற்றுச்சூழல் பாதுகாப்பு நடவடிக்கைகளில் உங்கள் அமைப்புகளின் சார்பில் செயல்பாடுகளை அமைத்துக்கொள்ள வேண்டும். இது அனைத்து மக்கள் மத்தியிலும் சேவை மனப்பான்மையை ஊக்குவிக்கும். உங்கள் அமைப்புகளுக்கு நற்பெயரை பெற்றுத் தரும்.

சமூகப் பிரச்சனை என்று வரும்போது, வேலையின்மை, விலையேற்றம், மனிதர்களின் அடிப்படைப் பிரச்சனைகள் தீர இறுதியில் நாம் தெருவில் இறங்கிப் போராடித்தான் பலவற்றை பெற்று வாழ்கிறோம். நமக்கான உண்மையான அரசியல் குறிப்பாக இடதுசாரி அரசியல் அமைப்புகளின் மூலம் பல உழைப்பாளி மக்களின் உரிமைகள் பெறப்பட்டிருக்கின்றன. தொழிலாளிகள், விவசாயிகள், வியாபாரிகள், நெசவாளர்கள், மாதர்கள், வாலிபர்கள், மாணவர்கள், அமைப்புசார தொழிலாளர்கள், சிறு குறு நடுத்தரத் தொழில் நிறுவன உற்பத்தியாளர்கள், சாலையோர வியாபாரிகள் அனைவரும் ஜாதி, மத பேதம் கடந்து ஒரு வர்க்கம் என்ற முறையில் இன்றைய அரசியல் சாசன ஜனநாயக உரிமையைப் பயன்படுத்தி ஓரளவு உரிமை பெற்று தன்மானத்துடன் வாழ முடிகிறது. ஆக, சமூகப் பிரச்சனைகளுக்கு தீர்வு காண போராட்டமே தீர்வு. அதுதான் அனைவரையும் பாதுகாக்கும்.

அனைத்து மத இறை நம்பிக்கை, ஆன்மீக ஈடுபாடு கொண்ட அனைத்து உழைப்பாளி மக்கள், நடுத்தர வர்க்க மக்கள், வியாபாரப் பெருங்குடி மக்கள் அனைவருக்கும் ஓர் வேண்டுகோள் வைக்கிறேன். ஆர்.எஸ்.எஸ்., பி.ஜே.பி. அமைப்புகள், கட்சிகள் நம் அனைவருக்கும் எதிரானது. இந்த சக்திகளை அரசியலிலிருந்தே அப்புறப்படுத்த வேண்டும். இல்லையென்றால் நாடு

நாசமாகிவிடும். இதற்கு இடசாரிக்கட்சிகள், ஜனநாயக முற்போக்கு சக்திகளின் பின்னால் அனைவரும் நாடு முழுவதும் கோடிக்கணக்கில் அணிதிரண்டு போராடினால் இது நிச்சயம் சாத்தியமாகும். இது உலக வரலாறு கூறும் உண்மை.

நாடு முழுவதும் உள்ள இஸ்லாமிய மற்றும் அனைத்து மத இறை நம்பிக்கையாளர்களுக்கும் ஓர் வேண்டுகோள் வைக்கிறேன். நாட்டில் அனைத்து மக்களும் முப்பது ஆணடுகளுக்கு முன்னால் எபபடி வாழந்தார்களோ அப்படிப்பட்ட சூழ்நிலையை நாம் உருவாக்க வேண்டும். இந்து, முஸ்லிம், கிறிஸ்துவர் என்ற பாகுபாடு அன்று இல்லை. இறை நம்பிக்கை வேறு, அரசியல் இயக்கம் வேறு என்ற சாதாரண மனநிலை மக்களிடம் பாரம்பரியத்தின் நீட்சியாக அன்று இருந்து வந்தது. இதே நிலையை நாட்டில் மீண்டும் உருவாக்க வேண்டுமென்றால் ஆர்எஸ்எஸ், பிஜேபி அதன் சங்பரிவாரங்களை வேருடன் சாய்க்க இடதுசாரிக் கட்சிகள், ஜனநாயக முற்போக்கு சக்திகளின் பின்னால் லட்சக்கணக்கில், கோடிக்கணக்கில் மக்கள் திரண்டு போராடினால் இது நிச்சயம் சாத்தியமாகும். இது உலக வரலாற்று உண்மை. இறை நம்பிக்கைக்கும் வழிபாட்டுக்கும் கொடுக்கும் முக்கியத்துவத்தை இதற்கும் வழங்க அனைவரும் முன்வர வேண்டுகிறேன். நாசகர சங்கிகளிடமிருந்து நம்மையும் நம் குடும்பத்தைக் காப்பதும், நம் நாட்டையும் காப்பதும் நம் கடமையல்லவா?

பி.ஜே.பி., RSS பிரச்சனை என்பது ஒரு வகுப்புவாத அரசியல் பிரச்சனை. இதை இஸ்லாமிய வகுப்புவாதம் கொண்டு தீர்வு காண முடியாது. முஸ்லீம்களிலே ஒரு சிலர் தீவிரவாதச் செயல்களில் ஈடுபட்டால் அது பி.ஜே.பிக்குத்தான் பலம் சேர்க்கும். அதைத்தான் அவர்கள் விரும்புகிறார்கள். இதை மனதில் கொள்ளுங்கள்.

வரலாற்று ஆய்வாளர் கே.என். பணிக்கர் இஸ்லாம் ஆய்வு நூலிலிருந்து இவ்வாறு கூறுகிறார்;

ஒரு ஜனநாயக சமூகத்தில் சிறுபான்மை மக்களின் உரிமைகளைப் பாதுகாப்பது என்பது மிகவும் தேவையானதாகும். ஜனநாயக அரசியல் பலப்படுத்தப்பட்டால் மட்டுமே அவர்களின் உரிமைகளுக்காகப் போராட முடியும். உரிமைகளைப் பாதுகாக்க முடியும். எனவே இஸ்லாமிய மக்கள் ஒரு தெரிவு செய்ய

வேண்டிய தருணம் இது. இஸ்லாமிய மக்களை ஜனநாயக ரீதியில் முன்னேற்றச் செய்யும் அரசியலை அவர்கள் பின்பற்றப் போகிறார்களா அல்லது பின்னோக்கி இழுத்துச் செல்லும் அரசியலை பின்பற்றப் போகிறார்களா? இஸ்லாமிய மக்களின் வளமையான வாழ்க்கையும் சிறந்த எதிர்காலமும் நாட்டின் ஜனநாயக அரசியலுடன் பிணைக்கப்பட்டுள்ளது. அதற்கு ஒரு அறிவார்ந்த தலைமை நமக்குத் தேவை. மதத்திலிருந்து சிறந்த பண்புகளையும் கருத்துக்களையும் உட்கொண்ட தலைவர்களாகவும் இருக்கலாம் அல்லது இந்தியாவில் இப்போது நிகழ்ந்து வரும் நவீன சிந்தனை ஒழுங்குமுறையை உட்கொண்ட தலைவர்களாகவும் இருக்கலாம். உலகம் முழுவதுமுள்ள இஸ்லாமிய சமுதாய மக்கள் ஒரு தேடல் முறைக்கு உட்படுத்தப்பட்டுள்ளனர். அது அறிவுபூர்வமான கலாச்சாரபூர்வமான, அரசியல் ரீதியான தேடல் முறையாகும். அவர்களின் எதிர்காலத்தை அச்சுறுத்தும் சக்திகளை எதிர்த்து நின்று தங்களை நிலைநிறுத்திக்கொள்வதற்கு இது அவசியமாகும். இந்திய இஸ்லாமிய சமுதாயம் இந்தத் தேடலில் இருந்து தப்பிக்க முடியாது. அதிலிருந்து தப்பிக்க நினைத்தால் அதன் முக்கியத்துவத்தை உணராமல் தப்பிக்க நினைத்தால், அதுவே அவர்களுக்கு ஆபத்தாக முடியும். மேற்கூறிய கருத்தின் அடிப்படையில் பார்த்தால் மிகவும் முக்கியத்துவம் வாய்ந்தது.

இது சிந்திக்க வைக்கிறது. முஸ்லீம்களை உள்வாங்க ஆழமான கருத்துகளை நம்மைத் தூண்டுகிறது.

உங்கள் முன்னோர்கள் முற்போக்காளர்கள்:

ஒரு இஸ்லாமியர் என்றால் அவர் தாடி வைத்திருப்பார். தொப்பி அணிந்திருப்பார். தனித்த அடையாளமாக இருப்பார். இந்து மதக் கடவுள்களை மதிக்க மாட்டார். நாட்டில் ஏதாவது தீவிரவாதச் செயல்கள் நடந்தால் அது இஸ்லாமியர்கள் செய்ததாக இருக்கும் என்ற தனித்த பார்வை பார்க்க வேண்டும். இப்படி இன்னும் பலவும் சேர்த்து ஒரு தவறான பிம்பம் சங் பரிவாரங்களால் இந்தியா முழுவதும் கட்டமைக்கப்பட்டு வருகிறது. ஆனால் இஸ்லாமியர்கள் பாரம்பரியம் என்ன என்பதைப் பார்ப்போம். கி.பி. 7ம் நூற்றாண்டு முதல் 13ம் நூற்றாண்டு வரை 500 ஆண்டுகள் வரலாற்றில் எத்தகைய பங்களிப்பைச் செய்தார்கள் என்பதைப் பார்ப்போம்.

உலக வரலாற்று ஆய்வாளர்:

திரு.எம்.என்.ராய் அவர்களின் 'இஸ்லாமின் வரலாற்றுப் பாத்திரம்' என்னும் நூல் இவ்வாறு கூறுகிறது: ஆன்மீக ஒற்றுமையின் பிரதிபலிப்பாக தனது நிலப்பகுதிகளை ஒற்றுமைப்படுத்திய பின்பும், அதன் தொடர்விளைவாகத் தோன்றிய பொருளாதார செழுமைக்குப் பின்பும் புதிய இஸ்லாமிய தேசமானது மனித மனத்தைப் பண்படுத்தும் பணியில் தன்னை அர்ப்பணித்துக் கொண்டது. ஒரு சில நூற்றாண்டுகளாக அது மற்றவர்களிடமிருந்து குறிப்பாக பண்டைய கிரேக்கர்களிடமிருந்து பணிவோடு கற்று வந்தது. இதன்மூலம் தன்னை வளப்படுத்திக் கொள்ள இது ஒவ்வோர் அறிவுத் துறையிலும் சுதந்திரமான, சுயமான சிந்தனைகளை உருவாக்கத் தொடங்கியது.

அரேபியர்கள் பண்டைய கிரேக்க விஞ்ஞானியின் படைப்புகளைக் காப்பாற்றி வந்தனர். அரிஸ்டாடில் யூக்லிட், அப்போலோனியெஸ், தாலமி, யஹப்போகிரேடஸ், கேலன் போன்றவர்களின் படைப்புகளும், அவை குறித்த புலமை சார்ந்த விளக்கங்களும் அரேபிய மொழிபெயர்ப்பிலிருந்து முதன்முதலாக நவீன ஐரோப்பாவுக்கு கிடைத்தன. நவீன ஐரோப்பா அரேபியர்களிடமிருந்து மருத்துவத்தையும், கணிதத்தையும் கற்றறிந்தது. இயந்திரவியலிலும் வானவியலிலும் அல்கண்டி, அவரோசி, அவிசீனா ஆகியோர் பெரும் விஞ்ஞானிகளாக இருந்துள்ளனர்.

கண்களிலிருந்து ஒளிக்கதிர்கள் வருகின்றன என்ற கிரேக்கர்களின் தவறான கருத்தை அரேபிய அறிவியலாளர் அவிசினா என்பவர் நேர்படுத்தினார். உடல் உறுப்பியல், கணிதவியல் சிந்தனைகள் முன்வைத்துப் பார்க்கப்படும் பொருளிலிருந்து ஒளிக்கதிர்கள் வந்து மோதுகின்றன என்பதை மெய்ப்பித்துக் காட்டினார். அபூபக்கர் என்னும் விஞ்ஞானி கோள்களின் அமைப்பு, விண்ணுலக இயக்கம் குறித்த அவரது கண்டுபிடிப்புதான் பின்னர் ஜியார்டோனா, புருனோ, கலிலியே, கோப்பர் நிக்ஸ் ஆகியோரால் வளர்க்கப்பட்டு பெரும் கண்டுபிடிப்புகளுக்கு காரணமாக அமைந்தன.

இதிலிருந்து நாம் புரிந்துகொள்ள வேண்டியது யாதெனில் இஸ்லாமிய அரபு நாடுகள் அறிவியல் முன்னேற்றத்திலும் வெற்றி பெற வேண்டும் என்ற நோக்கமே. இஸ்லாமின் ஆன்மீகம், அறிவியல் இவை இரண்டும் இணைந்து வளர்ந்து வந்ததை இங்கே நாம் காண்கிறோம்.

கல்வி, கலை, விஞ்ஞானம், பண்பாடு இவைகள் அரேபியாவிலிருந்து பரவி மருத்துவம், கணிதம், வானவியல் எண்கள், பயன்பாடு, உலகத்துக்கு அரேபியாவின் பங்களிப்பாக இருந்துள்ளது. மேல்சட்டை (சொக்காய்) அணியும் நாகரீகம் அங்கிருந்தே வந்தது. நவீன ஐரோப்பாவை உருவாக்கும் வழியை இஸ்லாமும் அதன் வழிவந்த அறிவியலுமே திறந்துவிட்டது என பண்டித ஜவஹர்லால் நேரு கூறுகிறார். அதே சமயத்தில் உலக நாடுகள் ஒவ்வொன்றும் அதன் பங்களிப்புகளை உலகத்துக்குச் செய்துள்ளது என்பதை நாம் அங்கீகரிக்க வேண்டும்.

13ம் நூற்றாண்டுக்குப் பிறகு வந்த இஸ்லாமிய மன்னர்கள் (கலீபாக்கள்) இஸ்லாமிய முற்போக்குத் தளத்திலிருந்து தடம் மாறி பிற்போக்குத்தனமாக மக்களை அடிமைப்படுத்தினார்கள். இதனால் உலகப் பொதுக்கல்வி, விஞ்ஞானம், ஆராய்ச்சிக் கண்டுபிடிப்புகள் இவையெல்லாம் இஸ்லாத்துக்கு விரோதமானது என்று பின்னுக்கு தள்ளப்பட்டது. இதனால் இந்தக் கண்டுபிடிப்புகள் அனைத்தும் ஐரோப்பாவுக்குச் சென்றன. இதனால் ஐரோப்பா பலம் பெற்றது. 17, 18, 19ம் நூற்றாண்டுகளில் கலாச்சாரப் புரட்சி, தொழில் புரட்சி, அரசியல் புரட்சி அங்கு ஏற்பட்டது. இது நவீன மதச்சார்பற்ற முதலாளித்துவ ஆட்சி முறையைக் கொண்டு வந்தது. இது உலகத்துக்குத் தேவையான ஒரு கட்டத்தில் தேவையான ஒன்றாக மாறியது. இதுதான் இந்தியாவை அடிமைப்படுத்தியது என்பதை முன்பு கண்ட அத்தியாயங்களில் பார்த்தோம். இதுதான் அரபு, வளைகுடா நாடுகளையும் அடிமைப்படுத்தியது. இது சம்பந்தமாக மூன்று முக்கிய நூல்களை அனைவரும் வாங்கிப் படிக்க வேண்டும். குறிப்பாக இஸ்லாமிய இளைஞர்கள் இந்த நூல்களை வாங்கிப் படிக்க வேண்டும்.

ஒன்று திரு எம்.என். ராய் எழுதிய "இஸ்லாமின் வரலாற்று பாத்திரம் நூல்". இரண்டாவது திரு.என் ராமகிருஷ்ணன் எழுதிய, 'பாலஸ்தீன விடுதலை போராட்டம்' என்ற நூல். மூன்றாவது நூல் 'பெட்ரோல்'. அரசியல் தோழர் வீ.மீனாட்சி சுந்தரம் எழுதியது. இவை சிறிய நூல்கள்தான். நீங்கள் அவசியம் வாங்கிப் படிக்க வேண்டும். இதைப் படித்து புரிந்துகொண்டால் சரியான திசை வழியில் பயணிக்க உதவும். இதைத்தான் தேடல் என்று வரலாற்று ஆசிரியர் கே.என்.பணிக்கர் கூறியதாக நான் கருதுகிறேன்.

மேலும் இந்திய ஆன்மீகத் தளத்தில் வள்ளலார், நாராயணகுரு, ஜோதி பாபூலேவையும் ஆழ்ந்து படியுங்கள். இவர்கள் இந்திய

சமூக மறுமலர்ச்சியின் பிதாமகன்கள். இந்தியாவையும், தமிழகத்தையும் செதுக்கிய சிற்பிகளின் முன்னோடிகள். இவர்களைப் படித்தால் சிந்தனைத்திறன், அறிவுத்திறன் மேம்படும். இதை அனைவருக்கும் கூறுகிறேன்.

இந்திய விடுதலைப் போராட்ட வரலாறுகளைப் படியுங்கள். குறிப்பாக பகத்சிங், ராஜகுரு சுகதேவ் ஆகியோர்களின் வீர வரலாற்றை படித்து உள்வாங்குங்கள். நம்முடைய வாழ்வாதாரத் தேவைகளுக்காக நாம் தினமும் பல மணிநேரம் கடுமையாக உழைக்கிறோம். இந்த நடைமுறை வாழ்க்கையோடு தினமும் குறைந்தபட்சம் அரை மணித்துளிகள் நல்ல நூல்களை விரும்பிப் படிக்கும் வழக்கத்தை வாழ்க்கையின் ஒரு பகுதியாக ஆக்குங்கள். இளம் ஆண், பெண் இருபாலரும் உங்களை நீங்களே திட்டமிட்டு இவ்வாறு வளர்த்துக்கொண்டால் நல்ல சமூக அரசியல் தலைமைப் பண்பு உங்களிடம் வளரும். அப்படி வளர்ந்தால் நீங்கள் ஆயிரம் பேருக்கு சமமாவீர்கள். அது உங்களையும் சமூகத்தையும் சரியான திசை வழியில் சென்று பாதுகாக்க உதவும்.

நீங்கள் சர்வதேச வாதிகள் :

கிறிஸ்துவமும், இஸ்லாமும், ஆசியாவில் உலகின் நடுநாயகமாக விளங்கும் அரபு பாலஸ்தீனப் பகுதிகளில்தான் உதயமாயின. நீங்கள் விரும்பினாலும், விரும்பாவிட்டாலும் நீங்கள் சர்வதேசவாதிகள். கிறிஸ்துவமும், இஸ்லாமும் உலகம் முழுவதும் உள்ளன. பல கோடி மக்கள் இந்த மதங்களின் மீது பற்றும், அதன் மூலம் இறை நம்பிக்கையும் கொண்டவர்கள். உங்களுக்கு பொறுப்புகள் அதிகம். சர்வதேச அளவில் ஏற்படும் தட்பவெட்ப அரசியல் தன்மைகள் இந்த மக்கள் எந்த நாட்டில் வசித்தாலும் அது அங்கே பெரும் தாக்கத்தை ஏற்படுத்தவே செய்கிறது. சர்வதேச ஏகாதிபத்திய அரசியல் நலன் இதோடு பின்னிப் பிணைந்துள்ளது. உதாரணமாக அல்கொய்தா அமைப்பை அதன் தலைவர் ஒசாமா பில்லேடனையும் வளர்த்து விட்டது யார்? அமெரிக்காதான். 2001ல் அதுவே அமெரிக்காவிற்கு எதிரியாக திரும்பியபொழுது இஸ்லாமிய மதமே தீவிரவாத மதம் என்று அமெரிக்காவே பொய்யாக ஒரு பிம்பத்தைக் கட்டமைத்ததைப் பார்த்தோம். இது ஏற்படுத்திய தாக்கம் இஸ்லாமியர்களுக்கு பெரும் பாதிப்பாக அமைந்தது.

குறிப்பாக இஸ்லாமியர்கள் மிகவும் எச்சரிக்கையாக இருக்க வேண்டும். உலக அரசியல் நிகழ்வுகளை கூர்ந்து கவனித்து மதிநுட்பத்துடன் ஆழ்ந்து கற்க வேண்டும். பிஜேபி-யின் பெரும்பான்மை மதவாத நுண்அரசியல் மிக மிக ஆபத்தானது. இதை உடனுக்குடன் கம்யூனிஸ்டுகள்தான் இனம் கண்டு தீர்வு சொல்கிறார்கள் என்பதை கவனத்தில் கொள்ளுங்கள். இது உங்கள் பாதுகாப்பு அரணாக விளங்கும். உலகில் அனைத்து மத மக்களும் அமைதியையும், நல்லிணக்கத்தையுமே விரும்புகின்றனர். உண்மையிலே ஒரு இஸ்லாமியரோ அல்லது இஸ்லாமிய அமைப்புகளோ தவறான வகையில் தீவிரவாதச் செயலிலோ, பயங்கரவாதச் செயலிலோ ஈடுபட்டால் அதைப் பார்த்து மௌனம் சாதிக்கக் கூடாது. முதலில் இஸ்லாமிய மக்கள் அதை எதிர்த்து களமாட வேண்டும். அது அனைத்து மத மக்களையும் இணைத்து களமாட வேண்டும். உடனடிப் பாதுகாப்பு இங்கிருந்துதான் தொடங்குகிறது.

சமீபத்தில் 2022ஆம் ஆண்டு தீபாவளி சமயத்தில் கோவையில் நடந்த கியாஸ் சிலிண்டர் குண்டுவெடிப்பு சம்பவத்தில் முபின் என்ற இஸ்லாமிய இளைஞர் உயிரிழந்தார். இதுவொரு தீவிரவாதச் செயல். இந்தச் சம்பவத்தைப் பெரிதாக்கி தீபாவளிப் பண்டிகை நேரத்தில் இந்து, முஸ்லீம் கலவரத்தை உருவாக்க ஆர்.எஸ்.எஸ்.ஸும், பிஜேபியும் முயன்றன. தமிழ்நாடு அரசின் காவல்துறை உடனே சரியான நேரத்தில் தலையீட்டு சரிவரக் கையாண்டார்கள். இதை வழக்குத் தொடுத்து மத்திய புலனாய்வுத் துறையிடம் தமிழக அரசு ஒப்படைத்தது. உடனே அந்த ஊரிலிருந்த இஸ்லாமிய ஜமாத்தார்கள் அங்குள்ள கோட்டை ஈஸ்வரன் கோவில் தர்மகர்த்தா மற்றும் பக்தர்களுடன் இணைப்பை ஏற்படுத்தி மத நல்லிணக்கம், மக்கள் ஒற்றுமை பாதுகாக்கப்பட்டது. ஆர்.எஸ்.எஸ்-ஸின் மத மோதல் தீ உடனே அணைக்கப்பட்டது. இதுபோல் வருங்காலங்களிலும் நடக்கக் கூடும். அவ்வாறு நடக்கும் பட்சத்தில் மிக நிதானமாக, பொறுப்புணர்வோடு அவரவர் மதம், கடவுள் அவரவர்களுக்கு உயர்வானது என்ற புரிதலோடு, சகோதர உணர்வோடு அணுக வேண்டும். தீர்வு காண வேண்டும். பிஜேபி-யின் பெரும்பான்மை மதவாத நுண்அரசியல் மிக மிக ஆபத்தானது. இதை உடனுக்குடன் கம்யூனிஸ்டுகள்தான் இனம் கண்டு தீர்வு சொல்கிறார்கள் என்பதை கவனத்தை கொள்ளுங்கள்.

இந்த அடிப்படையில் புரிந்துகொண்டால் நீங்கள் ஆன்மீக இறைநம்பிக்கையாளராகவும் நபிகள் நாயகம் கூறியதைப் போல சீனம் சென்றாவது உலகக் கல்வியை கற்றுக்கொள் என்பதற்கேற்றவராகவும் இருப்பீர்கள். இது இன்றைய RSS வகுப்புவாத அரசியலை எதிர்கொள்ள பயனுள்ளதாக அமையும். முற்போக்கான முஸ்லீம்களாக பலரும் குறிப்பாக இளைஞர்கள் மாறும்போது எவ்வளவு பெரிய பிஜேபி, RSS சதி வலை அரசியலை உங்களால் முறியடிக்க முடியும். பெரும் அலைகளும் காற்றும் கடலுக்குள் வீசும்போது ஒரு சாகசம் நிறைந்த கேப்டன் எப்படி கப்பலைக் காப்பாற்றுவனோ அதுபோல நீங்கள் மாறுவீர்கள் என்பது உறுதியிலும் உறுதி. எந்த நேரத்திலும் இடதுசாரி இயக்கங்கள் எப்போதும் உங்கள் பக்கத்தில் இருக்கும் என்பதை நினைவில் கொள்ளுங்கள்.

இந்திய சுதந்திரப் போராட்டம்:

“எந்த சமூகமாவது இந்திய விடுதலைப் போராட்டத்திற்கு உரிமை கோர நேர்ந்தால் இஸ்லாமிய சமூகத்தின் பக்கத்தில்கூட வர முடியாது” என்கிறார் இந்திய கம்யூனிஸ்ட் கட்சியின் முன்னாள் பொதுச்செயலாளர் மறைந்த P.C. ஜோஷி. ஆக, இது சம்பந்தமான நூல்களைத் தேடி வாங்கிப் படியுங்கள் அல்லது உண்மையான சமூ வலைதளம் உரையாடல்களை தேடிக் கேளுங்கள், படியுங்கள்.

இஸ்லாமிய மக்களின் பாரம்பரியம் அரபு, வளைகுடா நாடுகளிலும் சரி, இந்தியாவிலும் சரி, முற்போக்கான அந்நிய ஆதிக்க ஏகாதிபத்திய எதிர்ப்புப் போராட்ட பாரம்பரியம் கொண்டது என்பதை அறிவுபூர்வமாக உணருங்கள் என்று பதிவு செய்கிறேன். அது மட்டுமல்ல, உலகின் பல்வேறு நாடுகளில் (இந்தியா, அரபு, வளைகுடா நாடுகள் உட்பட) தேச விடுதலைப் போராட்டங்கள், அதன் வெற்றிகளில் இடதுசாரிக் கட்சிகள், கம்யூனிஸ்ட் கட்சிகளின் பங்கேற்புடன்தான் சாத்தியமாகி உள்ளது.

நெல்சன் மண்டேலா:

உதாரணமாக 1990களில் தென்னாப்பிரிக்காவின் விடுதலைப் போராட்டம் வெற்றி பெற்றது. அதன் தலைவர் வீரபுருசர் திரு. நெல்சன் மண்டலோ. 27 ஆண்டுகள் அங்குள்ள ராபின் தீவு தனிமைச் சிறையிலிருந்து விடுதலை செய்யப்பட்டார். அவர் விடுதலை வெற்றி விழாவில் கூறினார்: “என்னுடைய Inspiration

தென்னாப்பிரிக்கா கம்யூனிஸ்ட் கட்சி. அந்தக் கட்சித் தலைவர்களின் தியாகமும் பங்கேற்பும்தான் தென்னாப்பிரிக்கா விடுதலையை துரிதப்படுத்தி வெற்றியை சாத்தியமாக்கியது" என்றார்.

மேலும் (1939-1944) இரண்டாம் உலகப் போரில் ஜெர்மனி ஹிட்லரின் நாஜிஸத்தையும், இத்தாலிய முசோலினியின் பாசிசத்தையும் ரஷ்ய கம்யூனிஸ்ட் கட்சியும் அதன் தலைவர் மாண்புக்குரிய ஜோசப் ஸ்டாலினும்தான் வீழ்த்தி உலகத்தைக் காத்தனர் என்பதை வரலாறு பதிவு செய்துள்ளது.

இன்று இந்தியாவில் ஆர்.எஸ்.எஸ்., பிஜேபியின் பாஸிசத்தை வீழ்த்துவதில் இந்திய கம்யூனிஸ்ட் கட்சி, மார்க்சிஸ்ட் மற்றும் இடதுசாரிக் கட்சிகளின் பங்கேற்புடன்தான் அது நடைபெற முடியும். ஆர்.எஸ்.எஸ்.க்கும் பிஜேபிக்கும் தத்துவ ரீதியாகவும், அரசியல் ரீதியாகவும் முழு முதல் சமரசம் இல்லாத எதிரிகள் கம்யூனிஸ்ட் கட்சிகள்தான் என்பதை நாடு உணர்ந்துள்ளது. நாம் அனைவரும் பாஸிச எதிர்ப்பு யுத்தத்தில் கம்யூனிஸ்ட் கட்சிகள், இடதுசாரிக் கட்சிகள் பின்னால் அணி திரளவேண்டும்.

இஸ்லாமிய மக்களின் புரிதலும் செயல்பாடும் எவ்வாறு இருக்க வேண்டும்?

சுமார் 50 ஆண்டு காலமாக நான் அரசியலில் ஒரு சரியான திசை வழியை தேடித் தேர்ந்தெடுத்து வளர்ந்து வந்த நிலையில் நானும் ஒரு இஸ்லாமிய மிகவும் அடித்தட்டு குடும்பத்திலிருந்து வந்தவன் என்ற முறையில் பல தன்மைகளை இஸ்லாம் மக்களிடம் நான் பார்க்கிறேன். சென்ற 2015ம் ஆண்டு வர்தா புயலில் சென்னை, புறநகர் முழுதும் வெள்ளத்தில் மூழ்கி மக்கள் தத்தளித்த நேரத்தில் ஓடோடிச் சென்று வாரக்கணக்கில் அந்த மக்களை உடனிருந்து மீட்டு உதவி செய்தது அனைவராலும் பாராட்டப் பட்டது.

20 ஆண்டுகளுக்கு முன்னால் ஏற்பட்ட சுனாமி தாக்குதலிலும் மக்களைக் காத்த இஸ்லாமிய மக்களின் சேவை பெரிதும் போற்றத்தக்கது. இது தொடர வேண்டும்.

இப்போதைய இந்திய அரசியல் சூழல் மோசமாக உள்ளது. RSS, பிஜேபி அரசியல் ஆதிக்கம் அவர்களை மீண்டும் வென்றாலும், அல்லது தோற்றாலும் இஸ்லாமிய மக்களை குறி வைத்தே அது

நகர்த்தப்படும். இன்னும் சுமார் 10 ஆண்டுகள் கடினமாகத் தான் இருக்கும். அவர்கள் ஆத்திரமூட்டலுக்கு இரையாகாமல் குறிப்பாக இளைஞர்கள் கவனமாக இருக்க வேண்டும். ஒரு இஸ்லாமியனுக்கு இரண்டு மாற்று மதத்தைச் சேர்ந்த (இந்து மதம்) இரண்டு நல்ல நண்பர்கள் இருக்க வேண்டும். பணியிடங்களில், குடியிருக்கும் இடங்களில் இது இருப்பது மிகவும் அவசியம். நல்வாய்ப்பாக நம் தமிழ்நாட்டில் இது சகஜமாக நடைபெறுகிறது.

ஆனாலும் இரண்டு பேர் இணைந்து நண்பர்கள் என்பது வள்ளுவன் கூறியதுபோல் இருக்க வேண்டும்.

உடுக்கை இழந்தவன் கைபோலே ஆங்கே

இடுக்கண் களைவதாம் நட்பு

நண்பன் துயரத்தில் இருந்தால் அவனிடம் நட்பு கொண்ட மற்றொரு நண்பன் அவன் உடுத்தியிருக்கும் ஆடை கீழே அவிழ்ந்துவிட நேர்ந்தால் எவ்வளவு விரைவில் அவன் கை அதைச் சரிசெய்யுமோ அந்த வேகத்தில் நண்பனுக்கு உதவ வேண்டுமென்கிறார் வள்ளுவப் பேரசுசான்.

அப்படிப்பட்ட நண்பர்களை மாற்று மதத்தைச் சேர்ந்தவராக அமைத்துக்கொள்வது மிகவும் அவசியம்.

நம் தமிழ்நாட்டில் நல்வாய்ப்பாக இடதுசாரிகள் ஆதரிக்கின்ற திமுக ஆட்சி நடைபெறுகிறது. அரசியல் என்று வரும்போது ஆகப் பெரும்பான்மையான இஸ்லாமிய மக்கள் தங்கள் மத அரசியல் கட்சிகளைத் தாண்டி மதச்சார்பற்ற திராவிடக் கட்சிகள், காங்கிரஸ் கட்சி, கம்யூனிஸ்ட் கட்சி, விடுதலை சிறுத்தைகள் கட்சி ஆகிய பல கட்சிகளுக்குத்தான் ஆதரவாக இருக்கிறார்கள். தேர்தலில் வாக்களிக்கிறார்கள். இது ஆரோக்கியமானது. இது மதவாத பி.ஜே.பி-யை வீழ்த்த எந்த அளவுக்கு சரியானது என்பதை இடதுசாரிகள் எந்தப் பக்கம் இருக்கிறார்கள் என்பதைப் பார்த்து தீர்மானிக்க வேண்டும். இஸ்லாமிய மக்கள் உண்மையான பாதுகாப்பு இங்குதான் இருக்கிறது என்பதை அனைவரும் அறிவர். இஸ்லாமியர் நன்கு அறிவர்.

தொழுகை நடைபெறும் ஒவ்வொரு பள்ளிவாசலிலும் ஒரு இமாம் இருக்கிறார். அவர் தொழுகை நடத்த... அவரைப் பின் தொடர்ந்து அனைவரும் தொழுவது காலங்காலமாக இருந்து வரும் இஸ்லாமிய தொழுகை வழிபாட்டு முறை. இதோடு இணைத்து மற்றொன்றையும் செய்தால் நன்றாக இருக்கும். ஒவ்வொரு

பள்ளிவாசலிலும், வாராவாரம் வெள்ளிக்கிழமை தொழுக வருபவர்களில் ஒரு நல்ல பண்பாளர் கல்வியாளர், பொது அறிவார்ந்த சிந்தனை கொண்ட ஒரு முஸ்லீமை தேர்வு செய்யலாம். அவர் அந்த முஸ்லீம் தொழுகை முடிந்தவுடன் கால்மணி நேரம் மனிதநேயம், மதநல்லிணக்கம், நாட்டு நடப்பு சூழ்நிலையைப் புரிய வைத்து, அரசியல் சாசனக் கடமைகளையும் சூழ்நிலையோடு பொருத்திப் பேசி முடிக்கலாம். இது இறைநம்பிக்கையோடு இணைந்து இருக்கலாம். அரசியல் பேச வேண்டாம். ஆனால் ஒரு இஸ்லாமியன், இந்தியக் குடிமகன், தமிழ்நாட்டைச் சேர்ந்தவன் அரசியல் சாசன கடமை என்ன என்பது பற்றிப் பேசலாம். சமீபத்தில் நடந்த சில நல்ல நிகழ்வுகளை எடுத்துக் காட்டிப் பேசலாம். கால் மணி நேரத்துக்குமேல் இது இருக்கக் கூடாது. மாணவர்கள் பொதுக்கல்வி முக்கியத்துவம் குறித்து அவசியம் பேச வேண்டும். மறைவழி நடப்பதைப் பற்றிய இமாம் தொழுகையும், பொதுவழியில் இஸ்லாமியர்கள் மற்றவர்களுக்கு ஒரு முன்மாதிரியாக இருப்பதற்காக நல்ல பொது அறிவும் அவசியம். இதைப் படித்த அறிவார்ந்த இஸ்லாமிய சகோதரர்கள் சிந்தித்து அவர்கள்தான் முடிவு செய்ய வேண்டும். மசூதியை இதற்குப் பயன்படுத்துவது தவறானது என்று கருதினால் பக்கத்தில் வேறு ஒரு இடத்தைத் தேர்வு செய்து அந்த இடத்தில் வாரா வாரம் குறிப்பிட்ட நேரத்தில் ஒரு அறிவார்ந்த இஸ்லாமியரை தேர்வு செய்து அவரைப் பேச வைக்கலாம். இது பயனுள்ளதாக அமைய வேண்டும்.

தேசிய தினங்கள்

ஒவ்வொரு ஆண்டும் வரும் குடியரசு தினம், சுதந்திர தினங்களில் ஒவ்வொரு பள்ளிவாசல் ஜமாத்தார்கள் அவர்கள் இருக்கும் ஊர்கள், தெருக்களில் பொதுவான ஒரு இடத்தை தேர்வு செய்து குடியரசு தினம், சுதந்திர தினங்களை கொடியேற்றிக் கொண்டாட வேண்டும். அது வெறும் சம்பிரதாயமாக இல்லாமல் சிறப்பாகக் கொண்டாட வேண்டும். ஒரு இந்து மதப் பற்றாளர், ஒரு கிறிஸ்துவ பாதிரியார், ஒரு முஸ்லீம் இமாம் இவர்கள் சேர்ந்து ஒரு மத நல்லிணக்க நாளாக அதைக் கொண்டாடலாம். இதில் ஏழை பள்ளிக் குழந்தைகளுக்கு சீருடைகள், நோட்டுப் புத்தகங்கள் வழங்கலாம். நல்ல பகல் உணவுப் பிரியாணி அந்தப்பகுதி ஏழை மக்களுக்கு வழங்கலாம். இதில் மதச்சார்பற்ற இடதுசாரிக் கட்சிப் பிரமுகர்களை அழைத்து உரையாற்ற வைக்கலாம். இதை எங்கள்

அமைப்பில் நாங்கள் தவறாமல் செய்து வருகிறோம் என்பதைக் குறிப்பிட விரும்புகிறேன்.

ஏழை-எளிய மாணவர்களுக்கு கல்வி

சீனம் சென்றாவது கல்வியைப் பெற வேண்டும் என்று நபிகள் நாயகம் கூறியதாக இஸ்லாமிய சான்றோர்கள் கூறுவார்கள்.

தொட்டனைத்தூறும் மணற்கேணி மாந்தர்க்கு

கற்றணைத் தூறும் அறிவு - என்கிறார் வள்ளுவர்

தோண்ட தோண்ட மணற்கேணியில் தண்ணீர் ஊற்றெடுப்பது போல மனிதர்கள் கல்வியில் எந்த அளவுக்கு ஈடுபாடு கொள்கிறார்களோ அந்த அளவு அறிவு ஊற்றெடுக்கும் என்கிறார்.

தமிழ்நாட்டில் அரசு உதவி பெறும் சிறுபான்மை முஸ்லீம் மக்கள் கல்வி கூட்டங்கள், கிறிஸ்துவ கல்வி நிறுவனங்கள் பரவலாக உள்ளன. என்றாலும் இன்னும் அனைவருக்கும் கல்வி சென்று சேர வேண்டும். உயர்கல்வியில் *I.A.S., I.P.S.* மற்றும் அரசு நிர்வாகப் பொறுப்புகளுக்கு வரும் கல்வி பட்டப்படிப்பு படிப்பார்வம் கொண்ட மாணவர்கள் அனைவருக்கும் சென்று சேர வேண்டும்.

இதற்கு இஸ்லாமிய தனவந்தர்கள், பணக்காரர்கள் ஏழை-எளிய மாணவர்களுக்கு கல்வி உதவித் தொகை வழங்கலாம் அல்லது நடிகர் சிவகுமார் குடும்பத்தினர் நடத்துவதுபோல் அகரம் பவுண்டேஷன்போல இஸ்லாமிய வசதி படைத்தவர்கள் ஒருங்கிணைந்து ஒரு நிறுவனத்தை தொடங்கலாம். சிலர் இந்த முயற்சியில் ஈடுபட்டும் வருகின்றனர். எல்லோரையும் ஒருங்கிணைத்து ஒரு அமைப்பை வாய்ப்புள்ள இடங்களில் தொடங்க வேண்டும். இது எத்தனை இஸ்லாமிய மாணவர்களை, பிற்பட்ட சமூக மாணவர்களை, தலித்துகளை *I.A.S., I.P.S.*, ஆக உருவாக்குகிறது. அரசுப்பணியில் சேரவைக்கிறது என்பதைப் பொறுத்து சமூகநீதிக்குப் பங்களிப்பு செய்வதாக அமையும். குறிப்பாக கல்வியில் அரசு உயர்பதவிகளில் இஸ்லாமியர் எண்ணிக்கையை அதிகப்படுத்தும் பொது அறிவார்ந்த சமூகத்தில் இஸ்லாமியர்கள் இணைந்து நடைபோட உதவும்.

இது *RSS*, பி.ஜே.பி. மதவாத சக்திகளிடமிருந்து சக மக்களைத் தற்காத்துக் கொள்வதற்கு உதவி செய்யும். மாற்று மதத்தவர்கள்

உதாரணமாக பஞ்சாபை சேர்ந்த ஒரு சீக்கியர் தமிழ்நாட்டின் ஒரு மாவட்ட கலெக்டாராகவோ, ஒரு மாநகர ஆணையாளராகவோ நேர்மையுடன் பணியாற்றும்போது அந்தச் சமூகத்தின் மீதே மக்களுக்கு ஒரு மதிப்பு உண்டாகி விடுகிறது. அதுபோல இஸ்லாமியரோ, ஒரு SC-யோ நேர்மையாகப் பணி செய்தால் அந்தச் சமூகமே மதிக்கப்படுகிறது என்பதைப் பார்க்கிறோம். பி.ஜே.பி. வகையறாக்கள் எதை நம்மிடமிருந்து பறித்தாலும் கற்ற கல்வியை பறிக்க முடியாது. அண்ணல் அம்பேத்கர் தன் வாழ்நாள் இறுதிவரை பிராமணிய ஆதிக்கத்தையும் சாதிக் கொடுமைகளையும் எதிர்த்துப் போராடியவர். இந்து மதத்தில் உள்ள பிராமணிய ஆதிக்கத்தை எதிர்த்தார். பட்டியலின மக்களை, 1956ல் லட்சக்கணக்கான தலித் மக்களைத் திரட்டி புத்த மதத்தில் இணைத்தார்.

"கற்பி, ஒன்று சேர், புரட்சி செய்" என்றார். ஆகவே, கல்வி அது உயர்கல்வி கற்றால் அது ஒரு பெரிய செல்வம். இதை யாரும் நம்மிடமிருந்து பறிக்க முடியாது என்தை இஸ்லாமிய சமூகம் உணர வேண்டும்.

வீட்டுக்கொரு பட்டதாரி ஆண், பெண் உருவாக வேண்டும். ஒரு வக்கீல், ஒரு காவல்துறை ஆய்வாளர், ஒரு டாக்டர் என அனைத்து சிறுபான்மை மக்கள், பட்டியலின மக்கள், பிற்பட்டோர் குடும்பங்களில் உருவாகி வளர வேண்டும். அது நிச்சயம் அவர்களைப் பாதுகாக்கும்.

வெகுமக்கள் அமைப்புகள்

சிறுபான்மை மக்கள் நலக்குழு பல பணிகளை செவ்வனே செய்து வருகிறது. மக்கள் ஒற்றுமை மேடைப் பேராசிரியர் அருணன் அமைப்பாளராக இருந்து அனைத்து மதப் பிரதிநிதிகளையும் ஒன்றிணைத்து பல போராட்டங்களை நடத்தி வருகிறார்கள்.

இது சம்பந்தமாக தமிழ்நாடு சிறுபான்மை நலக்குழு பொதுச்செயலாளர் தோழர் எம்.இராமகிருஷ்ணன் கொடுத்த செய்தி தொகுப்பை பார்ப்போம்.

சுதந்திர இந்தியாவில் 50 ஆண்டுகளுக்கும் மேலாக பொருளாதாரத்தில், வாழநிலையில் பின்தங்கி இருந்த சிறுபான்மை

மக்களின் தேவைகளை பூர்த்தி செய்ய வேண்டும் என்ற கோரிக்கையோடு இடதுசாரிகள் ஐக்கிய முற்போக்கு கூட்டணி அரசுக்கு 2004ஆம் ஆண்டு ஆதரவளித்தனர்.

மந்திரி பதவிகள் வேண்டாம், மக்கள் வாழ்வின் அடிப்படையான கிராமப்புற, நகர்ப்புற வேலைவாய்ப்புத் திட்டத்தை உருவாக்க வேண்டும். கல்வி-மருத்துவம், குடியிருப்பில் புரட்சிகரமான மாற்றங்கள் செய்யப்பட வேண்டும், ஆதிவாசி மக்களின் நில உரிமைகள் பாதுகாக்கப்பட வேண்டும், சிறுபான்மை மக்களின் வாழ்நிலை மேம்படுத்தப்பட வேண்டும் என்ற அடிப்படையான கோரிக்கைகளை முன்வைத்து, அதன் நிறைவேற்றப்பட வேண்டிய அம்சங்களை குறைந்தபட்ச செயல்திட்டமாக உருவாக்கி, இந்தக் குறைந்தபட்ச செயல்திட்டத்தை அமல்படுத்துவதற்கு தயார் என்றால் ஐக்கிய முற்போக்குக் கூட்டணிக்கு வெளியில் இருந்து 61 பாராளுமன்ற உறுப்பினர்கள் ஆதரவளித்து ஆட்சி அமைய உதவி புரிவதாக இடதுசாரிகள் முன் வந்தனர்.

டாக்டர் மன்மோகன்சிங் அவர்கள் தலைமையில் அமைந்த ஐக்கிய முற்போக்குக் கூட்டணி அரசாங்கம் அந்தக் கோரிக்கைகளை ஒவ்வொன்றாக ஆய்வு செய்து நிறைவேற்ற மாதந்தோறும் ஐக்கிய முற்போக்குக் கூட்டணி, இடதுசாரி, கட்சிகளுடைய கூட்டம் நடைபெற்று முன்னெடுக்கப்பட்டது.

அப்படித்தான் 2006ஆம் ஆண்டு சிறுபான்மை மக்களின் வாழ்நிலைகளைப் பற்றி ஆய்வு செய்ய நீதியரசர் ராஜேந்திர சச்சார் தலைமையில் ஒரு குழு அமைக்கப்பட்டு இந்தியாவில் மதவழி சிறுபான்மை மக்களின் வாழ்நிலைகள் அரசுக்கு முன்னால் வைக்கப்பட்டது. இந்தியாவில் கல்வி, வாழ்நிலை, குடியிருப்பு போன்றவற்றில் தாழ்த்தப்பட்ட மக்களைவிட பின்தங்கிய நிலையில் சிறுபான்மை மக்கள் குறிப்பாக இஸ்லாமிய மக்கள் இருப்பது உலகுக்குத் தெரிய வந்தது. அதுவரை வசதியான சிலரைப் பார்த்து இந்தியாவில் சிறுபான்மை மக்கள் நல்ல வாய்ப்பு, வசதிகளோடு இருக்கிறார்கள் என்று முன்வைக்கப்பட்ட கருத்துகள் எல்லாம் பொய்த்துப் போயின. எனவே அரசு இந்த மக்களுக்கு முதலில் கல்வி வாய்ப்பை ஏற்படுத்த வேண்டும் என்ற அடிப்படையில் ஆரம்பக் கல்வி துவங்கி ஆராய்ச்சிக் கல்வி வரை அனைத்து மட்டங்களிலும் சிறுபான்மை மக்களுக்கு மாதம் தோறும் ஊக்கத்தொகை வழங்குவது என முடிவெடுத்தது, பொருளாதாரத்தில் மேம்பட வங்கிகள் வழங்குகிற கடனில் 15

சதவீதத்தை சிறுபான்மை மக்களுக்கு வழங்க வேண்டும் என வலியுறுத்தியது, அவர்கள் குடியிருப்புப் பகுதிகளை மேம்படுத்துவதும், குடியிருப்புகளை உத்தரவாதப்படுத்துவதும் உறுதி செய்யப்படும் எனத் தெரிவிக்கப்பட்டது, அவர்கள் அச்சமின்றி வாழவும், கலாச்சாரம், பண்பாடு, உணவு முறைகளைப் பேணவும் வழிவகை செய்தது.

துரதிர்ஷ்டவசமாக 2014ஆம் ஆண்டு பொறுப்புக்கு வந்த பாரதிய ஜனதா கட்சியின் மோடி அரசாங்கம் சிறுபான்மை மக்களின் ஏழ்மையான வாழ்நிலை பற்றிய உண்மைகளை மூடி மறைத்து, திசை திருப்பி சிறுபான்மை மக்களை இரண்டாம் தரப் பிரஜைகளாக மாற்றுகிற முயற்சிகளை முன்னெடுத்து வருகிறது.

இந்த ஒவ்வொரு முன்னெடுப்பையும் ஆரம்பத்திலேயே எதிர்த்து நின்று போராடுகிற அமைப்பாக தேசம் முழுவதும் இடதுசாரிகள், ஜனநாயக எண்ணம் கொண்டோர் குரல் கொடுத்து வருகின்றனர்.

தமிழகத்தில் பல்வேறு அமைப்புகள் இதற்காக உறுதியான போராட்டங்களை முன்னெடுத்து வருகின்றன. தமிழ்நாடு சிறுபான்மை மக்கள் நலக்குழு மாணவர்களின் கல்வி வாய்ப்பை உறுதி செய்த ஃப்ரீ மெட்ரிக் ஸ்காலர்ஷிப் நிறுத்தப்பட்டபோது, அதைத் தொடர்ந்து ஆராய்ச்சி மாணவர்களுக்கான மௌலானா ஆசாத் ஊக்கத் தொகையும் நிறுத்தப்பட்டபோதும், வெளிநாடுகளில் சென்று படிக்கிற சிறுபான்மை மாணவர்கள் பெறுகிற கடனுக்கான, வட்டிகளுக்கான மானியம் வழங்குவதை நிறுத்தியபோதும் அதற்கு எதிராக ஒரு தொடர்ச்சியான போராட்டத்தை இன்றைக்கும் முன்னெடுத்து வருகிறது.

2022-23ஆம் ஆண்டு அநேகமாக சிறுபான்மை மக்களுக்கு ஒதுக்கப்பட்ட நிதியில் வெறும் ஐந்து சதவீதத்தை மட்டும்தான் ஒன்றிய பாஜக மோடி அரசாங்கம் செலவு செய்துள்ளது. 2023-24ஆம் ஆண்டுக்கான நிதிநிலை அறிக்கையில் அநேகமாக சிறுபான்மை மக்களின் மேம்பாட்டுக்கான நிதி முற்றிலும் துடைத்தெறியப்பட்டுள்ளது. இவைகளுக்கு எதிராக ஒரு உறுதியான குரலை தமிழ்நாடு சிறுபான்மை மக்கள் நலக்குழு முன்னெடுத்து வருகிறது.

புதிய கல்விக் கொள்கை என்ற பெயரில் சிறுபான்மை மாணவர்களின் கல்வி உரிமையைப் பறிப்பது, இன்னொரு பக்கம்

அவர்களின் வரலாற்றைத் திரித்தும், அழித்தும், தேச மக்களிடமிருந்து சிறுபான்மை மக்களின் செயல்பாடுகளை, சுதந்திரப் போராட்டத்தில் அவர்களின் பங்குப் பாத்திரங்களை மறைக்கிற முயற்சியில் மோடி அரசாங்கம் ஈடுபட்டு வருகிறது. இந்தக் கொடுஞ்செயலுக்கு எதிராக கண்டனக் குரல் எழுப்பி செயல்பட்டு வருகிறது தமிழ்நாடு சிறுபான்மை மக்கள் நலக்குழு.

இந்தியாவில் இம்மென்றால் சிறைவாசம், ஏனென்றால் வனவாசம் என்ற பிரிட்டிஷ்காரர்கள் நிகழ்த்திய கொடுமையை விட மோடி அரசாங்கத்தின் வன்கொடுமைகள் சொல்லிமாளாது. அசாமில் பொய்யாக திருட்டு வழக்கில் கைது செய்யப்பட்ட இஸ்லாமிய இளைஞர்களை விடுதலை செய்ய வேண்டும் என காவல் நிலையத்தில் கோரிக்கை வைத்ததற்காக அவர்கள் குடிசைகள் புல்டோசர் வைத்து இடித்து தரைமட்டம் ஆக்கப்பட்டன. சிறுபான்மை மக்கள் மீது நடக்கப்படுகிற தாக்குதலைக் கண்டித்து குரல் எழுப்பியதற்காக உத்தரப் பிரதேசத்தில் கல்லூரி மாணவியின் வீடு புல்டோசர் வைத்து இடிக்கப்பட்டது. சிறுபான்மை மக்களின் உரிமைகளுக்காக குரல் கொடுத்ததற்காக டெல்லி மாநகரத்தில் ஏழை இஸ்லாமியர்களின் காலனிகள் புல்டோசர் வைத்து இடிக்கப்பட்டன. இதற்கு எதிராக உச்ச நீதிமன்றத்தில் அவசர வழக்குத் தொடுத்து ஆணைகளைப் பெற்றுச் சென்று புல்டோசர் முன்னால் நின்று போராடி பிருந்தா காரத் அவர்கள் குடியிருப்புகள் இடிக்கப்படுவதை தடுத்து நிறுத்தினார். இன்று பிஜேபி ஆளும் சில மாநிலங்களில் புல்டோசர்கள் சிறுபான்மை மக்களின், இஸ்லாமிய மக்களின் வீடுகளுக்கு முன்னால் எப்போதும் கொடுங் கரங்களை உயர்த்திக்கொண்டே நின்றுகொண்டிருக்கின்றன.

குடியுரிமை திருத்தச் சட்டம் என்ற பெயரில் பாஜக அரசாங்கம் இஸ்லாமியர்களை அடக்கி ஒடுக்குவதற்கும் அவர்கள் வாழ்நிலையை கேள்விக்குறியாக்குவதற்கும் முடிவெடுத்தபோது அதற்கு எதிராக தமிழகத்தில் அனைத்துப் பகுதி மக்களையும் ஒன்று திரட்டி மாபெரும் இயக்கங்களை முன்னெடுத்து தமிழ்நாடு சிறுபான்மை மக்கள் நலக்குழுவும், தமிழக மக்கள் ஒற்றுமை மேடையும், பல கட்ட போராட்டங்கள் நடத்தி ஜனவரி மாதம் 30ஆம் தேதி மகாத்மா காந்தி படுகொலை செய்யப்பட்ட தினத்தில் சுமார் அரைக் கோடிக்கும் மேற்பட்டவர்கள் பங்கேற்ற தமிழக வரலாற்றில் இதுவரை கண்டிராத மனிதச் சங்கிலி இயக்கத்தை நடத்திக்காட்டியதும் சென்னை ஒய்.எம்.சி.ஏ. அரங்கத்தில் ஒரு பிரம்மாண்டான மாநாடு நடத்தி தமிழகத்தின் பெரும்பான்மை

மதப் பிரிவைச் சார்ந்த மக்கள் சிறுபான்மையோடு ஒன்றிணைந்து இருக்கிறோம் என்பதை உலகுக்கு காட்டிய செயல்களோடு, தமிழகம் முழுவதும் முன்னெடுக்கப்பட்ட ஷாகின்பாக் போராட்டங்களில் இரவும் பகலும் இந்துப் பெண்கள் இஸ்லாமிய பெண்களுக்கு அரணாக நின்று போராட்டத்தை உக்கிரப்படுத்தியது.

காஷ்மீரில் மலைக் கிராமத்தில் ஆசிபா என்ற நாடோடி இஸ்லாமிய எட்டு வயதுச் சிறுமி கோவில் பூசாரி உள்ளிட்ட இந்துத்துவா சக்திகளால் கோவில் கருவறையில் வைத்த ஆறு தினங்களுக்கு மேலாக பாலியல் பலாத்காரம் செய்யப்பட்ட செய்தியை அறிந்து கொதித்து எழுந்த, ஜம்மு காஷ்மீர் மாநிலத்தின் ஒரே மார்க்சிஸ்ட் கட்சி சட்டமன்ற உறுப்பினர் யூசுப் தாரிக்காமி அரசை விசாரணை கமிஷன் அமைக்க வைக்கிற போராட்டத்தை முன்னெடுத்து அந்தக் கொடுஞ்செயலை வெளிஉலகிற்கு கொண்டு வந்தார். எங்கோ கடைக் கோடியில் இருக்கிற காஷ்மீர் மாநிலத்தின் இஸ்லாமியச் சிறுமி என்று பார்க்காமல் சென்னை உள்ளிட்ட தமிழகம் முழுவதும் பிரம்மாண்டமான கண்டன இயக்கத்தை முன்னெடுத்து தமிழக மக்கள் ஒற்றுமை மேடையும், தமிழ்நாடு சிறுபான்மை மக்கள் நலக் குழுவும், சென்னையில் நடைபெற்ற பிரம்மாண்ட கண்டனக் கூட்டத்தில் காஷ்மீர் மாநிலத்தில் தாங்கள் அனுபவிக்கும் கொடும் துயரங்களை, சோதனைகளை முன்வைத்து, எப்போதும் காஷ்மீர் இந்தியாவின் ஒன்றிணைந்த பகுதி என உரக்க முழக்கமிட்டார். சென்னையில் தமக்களிக்கப்பட்ட இந்த வரவேற்பை இந்திய தேசத்தின் ஒற்றுமைக்கான ஒரு அடித்தளமாக பார்ப்பதாக தெரிவித்தார் யூசுப் தாரிக்காமி.

இஸ்லாமியர்களும், தலித் மக்களும் கிள்ளுக்கீரைகள் ஆக்கப்பட்டு பாலியல் உள்ளிட்ட வன்கொடுமை செய்யப்படுகிற போதெல்லாம், அது உத்தரப் பிரதேசம், டெல்லி, காஷ்மீர், அசாம் என எங்கு நடந்தாலும் அதற்கு எதிராக தமிழகத்தில் கண்டனக் குரல் எழுப்புகிற இயக்கமாக தமிழ்நாடு சிறுபான்மை மக்கள் நலக்குழு விளங்குகிறது.

சமீபத்தில் சத்தீஸ்கர் மாநிலத்தில் திட்டமிட்டு கிறிஸ்துவ தேவாலயங்கள் தாக்கப்பட்டபோதும், வேறு பல மாநிலங்களில் அன்றாடம் பசுப் பாதுகாவலர்கள் பெயரால், லவ் ஜிகாத், ஹிஜாப் பெயரால் சிறுபான்மை இஸ்லாமிய மக்கள் தாக்கப்படுகிற போதும் அதற்கு எதிராக சலனமின்றி எதிர்ப்புக் குரலை எழுப்பிக் கொண்டே இருக்கிறது தமிழ்நாடு சிறுபான்மை மக்கள் நலக்குழு.

ஜம்மு-காஷ்மீர் மாநிலம் சிதைக்கப்பட்டு, மாநில உரிமை பறிக்கப்பட்டபோதும், அந்த மக்களின் அடிப்படை உரிமையாக இருந்த 370வது சட்டப்பிரிவு நீக்கப்பட்டபோதும் அதற்கு எதிராக தமிழகத்தில் உடனடியாக குரல் கொடுத்ததோடு, தொடர்ந்து அந்த மக்களின் ஜனநாயக உரிமைகளுக்காக செயல்பட்டு வரும் அமைப்பு தமிழ்நாடு சிறுபான்மை மக்கள் நலக்குழு.

தமிழகத்தில் பத்தாண்டுகளாக அப்பாவி இஸ்லாமியர்கள் தவறான முறையில் கைது செய்யப்பட்டு நீதிக்குப் புறம்பாக சிறையில் அடைக்கப்பட்டுள்ள இஸ்லாமிய சிறைவாசிகளை விடுதலை செய்ய வேண்டும் என்ற கோரிக்கையை முன்வைத்து 2018ஆம் ஆண்டு சென்னை அண்ணாமலை மன்றத்தில் மாநாடு நடத்தி, அந்தக் கோரிக்கைக்காக தமிழ்நாடு முழுவதும் இருக்கக்கூடிய பெரும்பான்மை மக்களிடம் கையெழுத்துக்களைப் பெற்று அரசுக்குப் பெரும் நிர்பந்தத்தை அளித்ததின் விளைவாக சிறையில் இருக்கிற பேர்களில் 41 பேர்கள் விடுதலை செய்யப்பட்டுள்ளனர். மீதம் இருப்பவர்களையும் விடுதலை செய்ய வேண்டும் என்ற உரத்த குழலை தமிழ்நாடு சிறுபான்மை மக்கள் நலக்குழு எழுப்பிக் கொண்டு வருகிறது.

தமிழ்நாட்டில் சிறுபான்மை மக்களின் குடியிருப்புப் பிரச்சினைகளுக்காக, அவர்களின் வேலைவாய்ப்பை பெருக்குவதற்கான கடன்களை வழங்குவதில் இருக்கிற தடைகளைப் போக்குவதற்காக, அவர்களின் வழிபாட்டுத் தலங்கள், அடக்க ஸ்தலங்களுக்கான இட வசதிகளைக் கேட்டும் தொடர்ந்து தமிழ்நாடு சிறுபான்மை மக்கள் நலக்குழு குரல் எழுப்பி வருகிறது போராடி வருகிறது. வெற்றி பெற்று வருகிறது.

தமிழ்நாட்டில் மக்கள் ஒற்றுமையின் சின்னமாக இருக்கிற அனைத்து விழாக்களையும், அனைத்து மதப் பிரிவினரும் ஒன்றிணைந்து கொண்டாடுகிற விழாவாக தொடர்ந்து நடத்துவதில் தமிழ்நாடு சிறுபான்மை மக்கள் நலக்குழு முனைப்பாக செயல்படுகிறது.

ஆக, இடதுசாரி அமைப்புகள் நம் தமிழ்நாட்டில் பரவலாக உள்ளன. அதில் முஸ்லீம்கள் ஏதாவது ஒரு சங்கத்தில் அது CITU அல்லது DYFI சிறுபான்மை நலக்குழு அல்லது மாதர் சங்கம் அல்லது வியாபாரிகள் சங்கம் எது உங்களுக்கு எங்கு வாய்ப்புள்ளதோ அதோடு இணைந்து கொள்ளலாம். எந்த அச்சுறுத்தல் RSS, பிஜேபியால் வந்தாலும் அதையெல்லாம் இடதுசாரி அமைப்புகள் மக்கள் ஆதரவுடன் முறியடிப்பார்கள் என்பது உறுதியிலும் உறுதி.

மாமேதை காரல் மார்க்ஸ்

மாமேதை காரல் மார்க்ஸின் மிகுந்த மதிப்புமிக்க கருத்தாழமிக்க கருத்தை பார்ப்போம்.

"நீதி, மதம், அரசியல், சமுதாயம் சம்பந்தமான எல்லாவிதத் சொல்லடுக்குகளுக்கும் வாக்குறுதிகளுக்கும் பிரகடனங்களுக்கும் பின்னால் ஏதாவது ஒரு வர்க்கத்தின் நலன் ஒளிந்து நிற்பதைக் கண்டு கொள்ளத் தெரியாத மக்கள் அரசியலில் அவர்கள் முட்டாள் தனமான ஏமாளிகளாக இருந்தனர், எப்போதும் இருப்பார்கள்" என்று கூறினார். உலக உழைக்கும் மக்கள் அனைவரும் ஒன்றுபட்டுப் போராடினால் ஒரு பொன்னுலகத்தை இங்கே அமைக்க முடியும் என்றார்.

அம்பேத்கர் உரை

இந்திய சுதந்திரத்திற்குப்பின் அரசியல் சட்டம் உருவாக்குவதற்கு அம்பேத்கர் தலைமையில் குழு அமைக்கப்பட்டது. இரண்டு ஆண்டுகள் இந்தப் பணி நடைபெற்றது. ஆறு மாதங்கள் மக்களால் விவாதிக்கப்பட்டது. 315 ஷரத்துக்களையும் 8 படிமங்களையும் கொண்ட அந்த அரசியல் சட்டத்தை 1948ம் ஆண்டு நவம்பர் 4ம் தேதி பலர் பாராட்டிப் பேசினார்கள். இறுதியாக நவம்பர் 25ம் தேதி அம்பேத்கர் பதிலளித்துப் பேசினார். நாற்பது நிமிடங்கள் அவர் பேசினார், அவர் கூறினார்: *"1950 ஜனவரி 26 அன்று நாம் ஒரு முரண்பாடான வாழ்க்கையில் நுழையப் போகிறோம். அரசியலில் நாம் சமத்துவத்தைப் பெற்றிருப்போம். பொருளாதார சமூக வாழ்வில் சமத்துவமின்மையைப் பெற்றிருப்போம். அரசியலில் ஒரு மனிதனுக்கு ஒரு வாக்கு, ஒரு வாக்கிற்கு ஒரு மதிப்பை நாம் அங்கீகரிப்போம். நம்முடைய சமூகப் பொருளாதாரம் ஒரு மனிதனுக்கு ஒரு மதிப்பு என்ற கோட்பாட்டை தொடர்ந்து மறுப்போம். இந்த முரண்பாடுகளுடனான வாழ்வை எவ்வளவு காலம் தான் தொடர்ந்து வாழ்வது? நம்முடைய சமூகப் பொருளாதார வாழ்வில்தான் சமத்துவம் என்பதை எவ்வளவு காலம்தான் மறுப்பது?"*

அதை மறுப்பதை நீண்ட காலத்துக்குத் தொடருமேயானால் அது நமது அரசியல் ஜனநாயகத்தின் நாசகத்தில்தான் போய் முடியும். சாத்தியமான அளவில் இந்த முரண்பாட்டை நாம் அகற்ற வேண்டும். இல்லையென்றால் சமத்துவமின்மையால்

பாதிக்கப்பட்டவர்கள் இந்த மன்றம் மிகுந்த உழைப்பினால் உருவாக்கியுள்ளதை தகர்த்தெரிந்து விடுவார்கள் என்று கூறினார்.

தந்தை பெரியார்

பிராமணிய மேலாதிக்க எதிர்ப்பு, சுயமரியாதை, பெண் விடுதலை, மனிதருக்குள் சமத்துவம் ஆகியவற்றுக்காக வாழ்நாள் வரை போராடி ஓரளவு அதில் வெற்றி கண்டவர் தந்தை பெரியார் அவர் இவ்வாறு கூறுகிறார்:

"எனக்கு மானாவிமானம், தேசாபிமானம், பாஷாபிமானம் எதுவும் இல்லை. எனக்கு மனித அபிமானம் மட்டும் உண்டு. அது சுயமரியாதையுடன், சமத்துவத்துடன் மனிதன்தான் அனைவருடன் சமமான, முன்னேற்றமான வாழ்க்கையை வாழ வேண்டும்." ஆகவே அண்ணல் அம்பேத்கர், மேதை காரல் மார்க்ஸ், தந்தை பெரியார் கருத்துகள் ஒரு புள்ளியில் இணைகின்றன என்பதைப் பார்க்கிறோம் இதுவும் ஒரு ஆன்மீகம்தான் என்று சில அறிவுஜீவிகள் கூறுகிறார்கள்.

சமவாய்ப்புகள் கொண்ட இந்த சமுதாய அமைப்பை நோக்கி உலகம் பயணிக்க வேண்டும். இந்தியாவும் பயணிக்க வேண்டும். இதற்கு நீண்ட காலம் ஆகும்.

ஆனால் அதற்குமுன் நிபந்தனை... மக்கள் மதரீதியாக பிளவுபடாமல் வர்க்கரீதியாக ஒன்றிணைய வேண்டும். வர்க்க ரீதியாக உழைப்பாளி மக்கள் அவரவர் அமைப்புகளிலே திரள வேண்டும். திரட்டப்பட வேண்டும்.

கோடிக்கணக்கான மக்களை பிரதிநிதித்துவப்படுத்தும் லட்சக்கணக்கான அமைப்புகளை வாய்ப்புள்ள எல்லா இடங்களிலும் கட்டலாம். அதன் மூலம் உடனடி கோரிக்கைகளுக்கும் மக்களை அரசியல்படுத்த வேண்டும். குடியிருப்போர் சங்கம், பாதசாரிகள் உட்பட எல்லோரும் அமைப்பு ரீதியாக திரட்டப்பட்டு அரசியல்படுத்தப்பட்டாலே ஆரோக்கியமான அரசியல் களம் உருவாகும். மதவெறுப்பு அரசியல் புறமுதுகிட்டு ஓடிவிடும் சுதந்திர இந்தியாவில் அமைப்பு ரீதியான போராட்டங்கள் மூலம் தற்காலிகமாக பல உரிமைகளை நாம் பெற்றுள்ளோம்.

மாண்பமை முன்னாள்

இந்திய குடியரசுத் தலைவர் கே.ஆர்.நாராயணன்

மறைந்த குடியரசுத் தலைவர் கே.ஆர்.நாராயணன் அவர்களுடைய ஒரு குடியரசு தின உரையில், *"மக்கள் அமைப்பு ரீதியாக வளர்வதின் மூலம் தேசத்துக்குத் தங்கள் ஜனநாயகபூர்வ பங்களிப்பை செலுத்தி வருகிறார்கள். ஏழைகளின் குடிசைகள் நடுவேதான் நவீன விஞ்ஞானமான ராக்கெட்டுகள் சீறிப்பாய்கின்றன இந்தியா வளர்ந்து வருகிறது. மக்கள் தங்கள் பங்களிப்புகளை மேலும் அமைப்பு ரீதியாக செய்வதன் மூலம் நம் இலக்கை எட்ட முடியும்"* என்ற பொருள்பட பேசினார்கள். இவர் ஒரு முற்போக்கு இடதுசாரி ஜனநாயகவாதி, போற்றுத்தலுக்குரியவர்.

சுமார் 5000 ஆண்டுகளுக்கும் மேலான வரலாற்று விபரங்களை ஓரளவு நாம் பார்த்தோம். சில அத்தியாயங்களில் 1947 தொடங்கி 2023ம் ஆண்டு வரை பார்த்தோம்.

1990களுக்குப் பிறகு இந்தியாவில் ஏற்பட்ட வலதுசாரி அரசியல் அதன் அடையாளமாக ஆர்.எஸ்.எஸ்., பி.ஜே.பி மதவெறி அமைப்புகள் தொடர்ந்து பல மாநிலங்களிலும், ஒன்பது ஆண்டுகளாக ஒன்றியத்திலும் ஆட்சியில் அமர்ந்திருப்பதை நாம் பார்க்கிறோம்.

சமீபத்தில் பெங்களூரு நகரத்தில் சில முஸ்லீம் நண்பர்களிடம் விசாரித்தபோது அவர்கள் சொன்னார்கள். எங்க தெருவில் எல்லாம் RSS வளர்ந்து விட்டது. எங்களை அச்சுறுத்துகிறது. இங்கு குடியிருக்க முடியாது. இனி வேறு வழி இல்லை. அச்சமாக இருக்கிறது. இது ஒரு சின்ன உதாரணம். ஆனால் குஜராத்தில், உத்திரப்பிரதேசத்தில் மக்கள் நிலை என்னவாகும்... நினைத்துப் பார்க்கவே அச்சமாக இருக்கிறது. உலகில் முதலாளித்துவம் உருவாகி வைத்திருக்கின்ற வேலையின்மை, விலையேற்றம், வறுமை, பெரும் முதலாளிகளுக்கும், ஏழைகளுக்குமான பாரகூரமான பொருளாதார ஏற்றத்தாழ்வு, அதையொட்டி எழுகின்ற அரசியல் விவாதங்கள் 30 ஆண்டுகளுக்கு முன்னதாக என்னவாக இருந்தது என்றால் முதலாளித்துவமா, சோசலிசமா, தனிவுடமையா, பொதுவுடமை சமுதாய மாற்றமா என்று ஒரு மாற்று தத்துவார்த்த அரசியல் சித்தாந்தத்தைக் கட்டமைத்து இந்தியா பயணித்துக் கொண்டிருந்தது. உதாரணத்திற்கு,

திருமதி இந்திராகாந்தி இந்தியாவின் பிரதமராகச் சென்று அமெரிக்க ஐ.நா. சபையில் பேசியபோது 1970களில்

முதலாளித்துவமும், மார்க்ஸியமும் ஒரே பருப்பொருளிலிருந்து வந்ததுதான் என்று பேசினார். இது ஒரு ஆரோக்கியமான அரசியல் சூழல் கால கட்டம். இதை வைத்து நாங்கள் விவாதம் செய்வோம். 1974ம் ஆண்டு சென்னை என்.எஸ்.சி. போஸ் ரோட்டில் சைனா பஜாரில் ரோலக்ஸ் ஹோட்டல் அருகில் பிளாட்பார வியாபாரிகளாக இருந்தவர்கள். நாங்கள் அங்கு தரையில் கோணி விரித்து அதன்மேல் பிளாஸ்டிக் விரித்து பிளாஸ்டிக் பொருள்கள், செருப்பு, மணி பர்ஸ், பெல்ட், பனியன் ஆகிய பல பொருள்களை வைத்து கூவிக் கூவி வியாபாரம் செய்பவர்கள் நாங்கள்.

அதில் CPM, CPI தோழர்கள் சிலர் இருந்தோம். எங்களுடன் வியாபாரம் செய்யும் சக வியாபாரிகள் பலர் திமுக, அதிமுக காங்கிரஸ் கட்சிகளைச் சேர்ந்தவர்கள் இருந்தனர். ஐ.நா. சபை உரையைப் பற்றி வவாதிப்போம். என்னோடு தோழர் சேவியர், முத்து, இபுராகிம், பால் முகமது ஆகியோர் இருந்தனர். இன்னொரு தரப்பில் ரஷீத் பாய், அன்சாரி சிக்கந்தர் வேணுகோபால் போன்றவர்கள் இருந்தனர். வறுமையின் சூழல் எங்களை வாட்டி எடுத்தது. அரை குறை தினக் கூலியைவிட மோசமான நிலை எங்களுக்கு இருந்தது. அங்கு வியாபாரம் செய்து வந்த நூற்றுக்கணக்கானவர்களின் நிலை மிக மிகப் பரிதாபகரமானது.

போலீஸ் வந்தால் கடைகளை வாரிச் சுருட்டி அள்ளிக்கொண்டு ஓட வேண்டும். சில நேரம் அடி, உதை வாங்க வேண்டும். அந்த நிலையிலும் சோசலிஸம், மார்க்சியம் என்றால் என்ன, முதலாளித்துவம் என்றால் என்ன என்ற விவாதம் சூடு பறக்கும். அப்பொழுது 'தீக்கதிர்' பத்திரிகை மதுரையில் இருந்து வரும். அது சிறிய அளவில் இருக்கும். அதை வாங்கி ஆர்வமாகப் படிப்போம். எங்களுக்கு புகலிடமாக நம்பர் 16சி சங்கர் தெரு சிஐடியு அலுவலகம் இருந்தது. அங்கு தோழர்கள் S.வெங்கட்ராமன், பி.ஜி. கே.கிருஷ்ணன், கே.எம்.ஹரிபட் ஆகியோரை அடிக்கடி பார்ப்போம். சந்தேகங்களை கேட்டுத் தெரிந்து கொள்வோம். கடை விரித்தால் தான் சாப்பாடு கடை போட போலீஸ் தொல்லை அதிகமானால் பட்டினி தான். அல்லது யாரிடமாவது கடன் வாங்கி வயிற்றை கழுவ வேண்டிய நிலையில் வியாபாரிகள் பலர் இருந்தோம். ஆனாலும் 16 சிங்கர் தெரு கட்சி அலுவலகமாக மாறிவிடும். அங்கு அறிவுக்கும் உற்சாகத்துக்கும் தீனி கிடைக்கும். அப்படிப்பட்ட Care of Platform-மாக இருந்த எங்களுக்கு விளிம்புநிலை மக்களுக்கு முகவரி கொடுத்து பிளாட்பாரத்திலேயே

வியாபாரம் செய்யும் உரிமையை பெற்றுத் தந்தது கம்யூனிஸ்ட் இயக்கம் தான். 1979 இந்திய கம்யூனிஸ்ட் கட்சியின் மூத்த தலைவர்கள், சுதந்திரப் போராட்ட வீரர்கள் எம்.கல்யாண சுந்தரம், பி.என்.பி.கபூர் ஆகியோர் முக்கியமானவர்கள் என்பதை இங்கே பதிவு செய்கிறேன். அதைப போல தீவிர சமூக செயல்பாட்டாளரும் மக்கள் உரிமைக்கழக வழக்கறிஞருமான K.V.சங்கரன் அவர்களும் போற்றுதலுக்குரியவர்கள்.

அவர்கள் மறைவுக்குப் பிறகு சென்னை நகர சிறு வியாபாரிகள் சங்கம் அதனுடன் இணைந்து மார்க்சிஸ்ட் கம்யூனிஸ்ட் கட்சி (CPIM), சென்னை மாவட்டத் தலைவர்கள் DYFI ஆகிய இடதுசாரி அமைப்பும் இடைவிடாத வீரம் செறிந்த பல போராட்டங்களை சட்டரீதியாகவும் ஜனநாயக ரீதியாகவும் நடத்தி வியாபாரிகளுக்கு வாழ்வாதார உரிமை பெற்றுத் தந்தனர். இதன் தொடர்ச்சியாக வியாபாரிகள் கூட்டமைப்பு மற்றும் CITU அமைப்புகள் மூலம் சென்னை நகரில் சுமார் 25 ஆயிரம் வியாபாரிகள் அமைப்பு ரீதியாக கொண்டுவரப்பட்டுள்ளனர். இவர்கள் அடையாளம் காணப்பட்டு அரசு சென்னை மாநகராட்சியின் மூலம் வியாபாரம் செய்யும் உரிமை பெற்றுள்ளனர். இது பெரும்பான்மை வியாபாரிகள் இடதுசாரி அமைப்புகளில் உள்ளனர் என்பது பெருமை கொள்ளத்தக்கது. இந்த வியாபாரிகளில் பெரும்பான்மையினர் இஸ்லாமியர் மற்றும் தலித் மக்கள் மற்றும் பல்வேறு மத, இன மொழி பேசும் மக்கள். இங்கு உண்மையான மதச்சார்பின்மையும், மத நல்லிணக்கமும் நிலவுகிறது. இதற்கு இடதுசாரி இயக்கங்களே காரணம் என்பதை பெருமையோடு பதிவு செய்கிறேன். இந்த மக்கள் போராட்டக் களத்தில் முன்னணியில் இருந்தவர்கள் தோழர் W.R.வரதராஜன், CPIM, மூத்த வழக்கறிஞர்கள் R.வைகை, NGR.பிரசாத், P.V.பக்தவச்சலம், காமினி ஜேசுவால் ஆகியோர் குறிப்பிடத்தகுந்தவர்கள். முக்கியமாக ஆர்.வைகை அவர்கள் கடைசி வரை நீதிக்கான போராட்டத்தில் களத்தில் நின்றவர் மற்றும் நீதி வழங்கிய நீதியரசர்கள் சந்துர்க்கர், சத்தியதேவ் (1984 சென்னை, உச்ச நீதிமன்ற நீதியரசர்கள்) சின்னப்ப ரெட்டி 1986 V.R. கிருஷ்ணய்யர் 1994, M.M..பூஞ்சி, ஜெயசந்திர ரெட்டி 1995 - 1996 ஆகியோர் மற்றும் சென்னை உயர்நீதிமன்ற நீதியரசர்கள் கனகராஜ், நடராஜன் 1997. A.P.ஷா, பிரபா ஸ்ரீதேவன், 2006 இவர்கள் எல்லாம் போற்றுதலுக்குரியவர்கள்.

இந்த நூலை வாசிப்பவர்கள் சாலையோர வியாபாரிகளின் 50

ஆண்டுகால போராட்டத்தை வெறும் வாழ்வாதாரத்திற்கான போராட்டம் மட்டும் என்று நினைத்துவிடக் கூடாது. இதில் அரசியல் சாசன கடமையிருக்கிறது. ஜனநாயக ரீதியான பங்களிப்பு இருக்கிறது அதோடு வாழ்வாதாரம் இணைக்கப்பட்டுள்ளது. எந்த ஒரு ஒடுக்கப்பட்ட மக்களின் போராட்டங்களும் ஒரு அரசியல போராட்டமேயாகும். இந்த மக்கள் நாடு தழுவிய முறையில் குறிப்பாக தமிழ்நாட்டில் *RSS* பிஜேபி மதவாத நச்சு அரசியலை 2019 நாடாளுமன்ற தேர்தலில் துடைத்தெறிந்தவர்கள். மீண்டும் 2024ல் நடைபெற போகும் நாடாளுமன்ற தேர்தலிலும் இவர்களை துடைத்தெறிவார்கள். இந்தப் புரிதலோடு மீண்டும் விட்ட இடத்திலிருந்து நூலுக்குள் பயணிப்போம்.

மோடியும் சனாதனமும்

2019 நாடாளுமன்றத் தேர்தல் வெற்றிக்குப் பிறகு வாரணாசியில் நடைபெற்ற நன்றி அறிவிப்புக் கூட்டத்தில் பிரதமர் மோடி பேசுகையில் எவ்வளவுதான் விஞ்ஞான வளர்ச்சி இருந்தாலும் உலகக் கண்டுபிடிப்பாளர்கள் வந்தாலும் நமது நாடு முனிவர்களாலும், ரிஷிகளாலும் உருவாக்கப்பட்டது. இதற்கு எதுவும் இணையாகாது என்று பொருள்பட பேசினார்.

விஞ்ஞானிகள் மாநாடு ஒன்றில் பேசிய மோடி வேத காலத்திலேயே பிளாஸ்டிக் சர்ஜரி இருந்தது. அதுதான் விநாயகர் என்று பேசி இருக்கிறார். ஆக, வரலாற்றை, அரசியலை வேத காலத்துக்குப பின்னுக்கிழுத்து அப்பாவி மக்களிடம் மூடநம்பிக்கையை விதைக்கின்றனர். இது ஒரு இந்து சனாதனக் காலகட்டத்தை கட்டமைத்தது. ஓட்டு வங்கி அரசியலை திட்டமிட்டு வளர்க்கின்றனர்.

அரசியல் மாற்றம், சமுதாய மாற்றம் எல்லோருக்குமான சமவாய்ப்பு ஏற்படுத்தி தரக்கூடிய ஒரு புதிய சமுதாயம் என்று விவாதிக்க வேண்டிய அரசியல் இன்று யார் முஸ்லீம், யார் இந்து, யார் சிறுபான்மை, யார் பெரும்பான்மை என்று விவாதிக்க வேண்டிய காலச் சூழலுக்குள் கட்டாயத்துக்குத் தள்ளப்பட்டு விட்டோம். கோயில், மசூதி, சர்ச், மாதா கோயில் ஒற்றுமை என்று பேசுவது மக்களுக்கான அரசியிலா இல்லை. இதற்கும் அரசியலுக்கும் சம்பந்தம் இல்லை. ஆனால் சம்பந்தப்பட வைக்கப்பட்டு விட்டோம். இதனால் உண்மையான அரசியல் முன்னேற்றம் பின்னுக்குப் போய்விட்டது. இதெல்லாம் சோவியத்

வீழ்ச்சியின் தாக்கம்தான். இதை நிறைவு செய்யவேண்டுமானால் சோவியத் யூனியன் விட்டுச்சென்ற வெற்றிடத்தை (சிந்தாந்த கட்டமைப்பு) சீனா இட்டு நிரப்புமானால் அது உலக இடதுசாரி வரலாற்று படிப்பினைகளிலிருந்து ஜனநாயக சக்திகளுக்கு பெரும் ஆதர்ஸ சக்தியாக விளங்கும். உலகில் இது சரியான மாற்றங்களை உருவாக்கும் என்று நம்புவோம்.

ஆனாலும் உலகின் முற்போக்கு இடதுசாரி ஜனநாயக சக்திகள் இந்தியாவில் இடதுசாரிக் கட்சிகள், முற்போக்கு ஜனநாயக சக்திகள் பெரியாரிய, அம்பேத்கரிய, மார்க்சிய மக்கள் இயக்கங்கள் பல நிகழ்வுகளில் ஒரு புள்ளியில் இணைந்து தான் மதவாத அரசியல் சக்திகளை எதிர்கொண்டு வருகின்றன. கேரள மாநில இடதுசாரி அரசும், தமிழக திராவிட இயக்க அரசும் இணைந்துதான் களம் காணுகின்றன. ஐயா வைகுண்டர் நாராயண குரு காலத்திய கீழ் சாதிப் பெண்கள் தோள் அணியும் சேலை போராட்டம், 200ம் ஆண்டு தந்தை பெரியார் முன்னெடுத்த கேரளா வைக்கம் போராட்டம், 100 ஆண்டுக் கொண்டாட்டங்கள் நமக்கு புதிய நம்பிக்கையைத் தருகிறது. ஆக, முதலாளித்துவம் இருக்கும் வரை கொடுமைகள் ஒழியாது. சோசலிஸம் சமவாய்ப்புக் கொண்ட சமூக அமைப்பு வராமல் மக்கள் பிரச்ச னைகள் தீராது. இதை நோக்கமாக கொண்டு ஆர்.எஸ்.எஸ்., பி.ஜே.பி மற்றும் எந்த மதவாத அரசியலாக இருந்தாலும் அதை எதிர்த்து வலுவான களம் அமைப்பதுதான் இப்போதைய உடனடித் தேவை என்பதை நாம் புரிந்துகொள்ள வேண்டும். மதவாத அரசியல் அது என்னதான் தேனாக இனித்தாலும் அதனால் மக்களின் அடிப்படைப் பிரச்சனைகள் எதற்கும் தீர்வுகாண முடியாது. இந்த மதவாத பாசிசம் விரைவில் வீழ்த்தப்படும் என்பது உறுதி. இதை உண்மையாக்குவதற்கு சென்ற அத்தியாயத்தில் நாம் விவரித்ததை நடைமுறைப்படுத்த உடனே திட்டமிட்ட வேண்டும்.

நமக்கு தனிப்பட்ட முறையில் பிராமணர்கள் மீதோ அல்லது உயர்சாதி இந்துக்கள் மீதோ எந்த வெறுப்பும் இல்லை. எவ்வளவோ அறிவுஜீவிகள், அறிஞர்கள், விஞ்ஞானிகள் உதாரணமாக விஞ்ஞானி சர்.சி.வி.ராமன், கணித மேதை இராமனுஜம், பண்டித ஜவஹர்லால் நேரு, தோழர் இ.எம்.எஸ்.நம்புதிரிபாட், மகாகவி பாரதியார் ஆகியோர் போல எண்ணற்றவர்கள் பிராமணிய கட்டமைப்பைத் தாண்டி இந்திய தேசத்துக்குக் அளப்பரிய பங்களிப்புகளை செய்துள்ளனர். அவர்கள் எல்லாம்

போற்றுதலுக்குரியவர்கள் தந்தை பெரியார் கூறியதை போல பிராமணிய மேலாதிக்கத்தை அதன் சமூக கட்டமைப்பை தான் நாம் தகர்க்க விரும்புகிறோம்.

முன்னாள் நீதியரசர் திரு சந்துரு அவர்கள், மார்க்சிஸ்ட் கம்யூனிஸ்ட் கட்சியின் தீண்டாமை ஒழிப்பு முன்னணி சமீபத்தில் நடத்திய ஒரு கருத்தரங்கில் கலந்து கொண்டு பேசியபொழுது கீழ்க்கண்டவாறு கூறினார்: பிராமணீயத்தின் வேர் சனாதனத்தில் இருக்கிறது. சனாதனத்தின் வேர் மனுதர்மத்திலிருக்கிறது. மனுதர்மத்தின் வேர் RSS இருக்கிறது. RSS வேர் பிஜேபி-யில் இருக்கிறது. பிஜேபியின் வேர் அரசியல் அதிகாரத்தில் இருக்கிறது என்று கூறினார். இதன் பொருள் என்ன? பெரும்பான்மையான இந்து மக்களுக்கும் இவர்கள் எதிரானவர்கள் என்று பொருள். இந்தியாவில் உள்ள ஒட்டுமொத்த இந்து மக்கள் தொகையில் ஐந்து சதவீதம் பேரிடம்தான் சமூகம், பொருளாதாரம், அரசியல் அதிகாரம் இருக்கிறது என்று பொருள். இதை RSS, பிஜேபி பெரும்பான்மை இந்து மத முகமூடி அணிந்து செயல்படுத்தி வருகிறார்கள். இவர்கள் இஸ்லாமிய வெறுப்பை விதைப்பார்கள் அவர்களை படுகொலை செய்வார்கள். கிறிஸ்துவ வெறுப்பை விதைப்பார்கள். அந்த மக்களையும் படுகொலை செய்வார்கள். இதை எதிர்க்கும் ஜனநாயக சக்திகளை சிறையிலடைப்பார்கள், சித்தரவதை செய்வார்கள். 95% மக்களுக்கு எதிரான பாஸிச ஆட்சி தான் இந்த பிஜேபியின் ஆட்சி என்பதை நம் மக்கள் சொந்த அனுபவத்தின் மூலம் உணர்ந்து விட்டார்கள். இதை இந்த 2023ம் ஆண்டு மே மாதம் நடந்து முடிந்த கர்நாடக சட்டமன்றத் தேர்தலில் இவர்கள் அடைந்த படுதோல்வியைப் பார்த்து விட்டோம். எவ்வளவோ இஸ்லாமிய வெறுப்பைக் கக்கியும் இவர்கள் சுயரூபம் அம்பலமாகி விட்டதை மக்கள் தீர்ப்பின் மூலம் தெரிந்துகொண்டோம்.

மதவாதப் படுகுழியிலிருந்து இந்தியாவை மீட்க நாம் களத்தில் இறங்க வேண்டும். இது இந்தியாவின் அனைத்து மக்களின் பொதுவான கோரிக்கையாக, கோஷமாக மாற வேண்டும். தேவைப்பட்டால் விலைமதிப்பற்ற நம் உயிரைக் கொடுத்தாவது இந்தியாவ இந்தப் பாசிச சக்திகளிடமிருந்து மீட்க வேண்டும், மீட்க முடியும்.

இது ஒன்றும் வீழ்த்த முடியாத சக்தியல்ல. ஹிட்லரின்

மேல்சாதி இனப் பாசிச ஆதிக்கத்தை இரண்டாம் உலகப் போரின் 1940களின் சோவியத் யூனியன் உலக மக்களின் துணை கொண்டு வீழ்த்தியது. உலகம் சரியான பாதையில் பயணிக்க இது பெரும் பங்காற்றியது. இதுபோல் நாமும் இந்தப் பாசிசத்தை அனைத்து மக்கள் சக்தியின் மூலம் வீழ்த்த முடியும்.

உண்மையான சமத்துவம் ஆன்மீக ஒருமைப்பாட்டை நோக்கி பயணிப்போம்!

RSS-யையும் அதன் இந்துத்துவ சனாதன தத்துவத்தையும் அதன் தொண்டர் அணியையும் சரியான முறையில் எதிர்கொள்ள வேண்டும். இதற்கு எல்லா மதசார்பற்ற கட்சிக்கும் ஒவ்வொரு மாவட்டத்திலும், தொண்டர் அணி அமைக்க வேண்டும். இந்திய மக்கள் ஒற்றுமை தொண்டர் அணி என்று பெயர் சூட்டலாம்.

இந்திய ஆன்மீகத்தின் பன்முகத்தன்மை, தேச விடுதலைப் போராட்டத்தின் பன்முகத் தன்மை நமது அரசியல் சாசன உயர்ந்த கோட்பாடுகளைக் கொண்டு தொண்டர்களுக்கு அரசியல் பயிற்சி, சிந்தாந்தப் பயிற்சி அளிக்க வேண்டும். மதக்கலவரம் செய்ய முனைந்தால் அதை தடுப்பது எப்படி என்பது பற்றி பயிற்சியளிக்க வேண்டும்.

தமிழ்நாட்டில் திராவிடக் கட்சிகள், காங்கிரஸ் கட்சி மற்றும் RSS- சை எதிர்க்கக்கூடிய கொள்கை உள்ள எல்லா கட்சிகளிலும் RSS-க்கு மாற்றுத் தொண்டர் அணி அவசியம். காங்கிரஸ் கட்சி இந்தியா முழுவதும் வாய்ப்புள்ள எல்லா இடங்களிலும் தொண்டர் அணியை அமைக்க வேண்டும். கம்யூனிஸ்டு கட்சிகளிடம் இருக்கும் செந்தொண்டர் அணியை விரிவுபடுத்தி பலப்படுத்த வேண்டும்.

ஒவ்வொரு கட்சியிலும் உள்ள இளைஞர்களுக்கு விசேஷ அரசியல் பயிற்சி வகுப்புகள் நடத்த வேண்டும். அது RSS இந்துத்துவாவுக்கு மாற்று இஸ்லாமிய அடிப்படைவாதம், குறுங்குழு வாதமல்ல. இஸ்லாமிய ஜெய்சி முகமதுவோ, தாலிபான்களோ, ISIS என்று சொல்லப்படும் அமைப்புகளோ RSSக்கு மாற்று அல்ல. இந்திய மதச்சார்பின்மை தத்துவக் கோட்பாடுகளும் மக்கள் ஒற்றுமை மேடைகளும் இதற்கு மாற்று என்று அவர்களுக்கு குறிப்பாக இளைஞர்களுக்குப் புரிய வைக்க வேண்டும். நல்ல வரலாற்று ஆசிரியர்கள் வகுப்புகள் தொடர்ந்து நடத்த வேண்டும். இது அவர்களை RSS ஆத்திரமூட்டலுக்கு

இரையாக தவறான வழிகளில் தள்ளிவிடாமல் தடுத்து நிறுத்தும். எல்லா மாவட்டங்களிலும் மக்கள் ஒற்றுமை மேடை என்ற அமைப்பை உருவாக்க வேண்டும். தமிழ்நாட்டில் பேராசிரியர் அருணன் அவர்களை அமைப்பாளராகக் கொண்டதுபோல் அது இருக்க வேண்டும். எல்லா மத நம்பிக்கையாளர்களையும் தலைமைப் பொறுப்பில் (நிர்வாகம்) நியமிக்க வேண்டும். அதைக் கொண்டு மதநல்லிணக்க மாநாடுகள், கருத்தரங்குகள் நடத்த வேண்டும். தேவைப்பட்டால் களத்தில் இறங்கவும் தயாராக இருக்க வேண்டும்.

நீண்ட கால அரசியல் கடமை

பி.ஜே.பி.-யை தேர்தல் மூலம் நாம் வென்றாலும் அரசியலிலிருந்து அவர்களை அப்புறப்படுத்தும் வரை இந்த அமைப்புகள், தொடர் செயல்பாடுகள் மிக மிக அவசியம். அனைத்து மதச் சார்பற்ற கட்சிகளிலும் உள்ள நல்ல ஆளுமை உள்ள தலைவர்கள் நன்கு சிந்தித்து செயல்படுத்த வேண்டும். மதவாத சக்திகள் அது எந்த தவாத சக்தியாக இருந்தாலும் அரசியலில் ஆதிக்கம் செய்வதை ஒரு போதும் அனுமதிக்க மாட்டோம் என்று அனைத்துக் கட்சிகளும் உறுதியேற்க வேண்டும். இது இந்தியா முழுவதும் நல்ல முறையில் செயல்பாட்டுக்கு வந்துவிட்டால் அரசியல் களச்சூழல் மாறும். இந்த மாற்றம் புதிய இந்தியாவை உருவாக்க வழி வகுக்கும். இந்த உருவாக்கம் என்பது வள்ளுவனும், கம்பனும், அய்யா வைகுண்டர், வள்ளலார், நாராயணகுரு, ஜோதி பாபுலே, விவேகானந்தர், அண்ணல் காந்தி, பண்டிதர் நேரு, அபுல்கலாம் ஆசாத், நேதாஜி சுபாஷ் சந்திரபோஸ், அண்ணல் அம்பேத்கர், மாவீரன் பகத்சிங், செக்கிழந்த செம்மல் வஉசி, சுப்பிரமணிய சிவா, மகாகவி பாரதி, தந்தை பெரியார், சிந்தனைச் சிற்பி ம.சிங்காரவேலர், தோழர் ஜீவா, தோழர் பி.ராமமூர்த்தி நம்மோடு இன்றும் வாழக்கூடிய விடுதலைப் போராட்ட வீரர்கள் தமிழ்நாடு அரசின் விருது பெற்ற தகைசால் தமிழர்கள் தோழர் என்.சங்கரய்யா, தோழர் ஆர்.நல்லக்கண்ணு ஆகியோர் காண விரும்பிய இந்திய ஜனநாயகம், சுதந்திரம், சோசலிஸம், மதச்சார்பின்மை, சமூக நல்லிணக்கம், ஆன்மீக ஒருமைப்பாடு, சமத்துவம் ஆகிய விழுமியங்களை தளைத்தோங்கச் செய்யும்.

❑

* 9 7 8 8 1 1 9 1 7 6 7 8 6 *

FCW - #0144 - 061026 - C0 - 216/140/8 - PB - 9788119176786 - Gloss Lamination